HƯỚNG DẪN NẤU CÁC LOẠI NẤM

100 CÔNG THỨC MÓN NẤM DỄ LÀM

Trúc Chu

Đã đăng ký Bản quyền.

từ chối trách nhiệm

Thông tin trong Sách điện tử này nhằm mục đích phục vụ như một bộ sưu tập toàn diện các chiến lược mà tác giả của Sách điện tử này đã thực hiện nghiên cứu. Tóm tắt, chiến lược, mẹo và thủ thuật chỉ là đề xuất của tác giả và việc đọc Sách điện tử này sẽ không đảm bảo rằng kết quả của một người sẽ phản ánh chính xác kết quả của tác giả. Tác giả của Sách điện tử đã thực hiện tất cả các nỗ lực hợp lý để cung cấp thông tin hiện tại và chính xác cho người đọc Sách điện tử. Tác giả và các cộng sự của nó sẽ không chịu trách nhiệm pháp lý cho bất kỳ lỗi hoặc thiếu sót không chủ ý nào có thể được tìm thấy. Tài liệu trong Sách điện tử có thể bao gồm thông tin của bên thứ ba. Tài liệu của bên thứ ba bao gồm các ý kiến được thể hiện bởi chủ sở hữu của họ. Do đó, tác giả của Sách điện tử không chịu trách nhiệm hoặc trách nhiệm pháp lý đối với bất kỳ tài liệu hoặc ý kiến của bên thứ ba nào.

Sách điện tử có bản quyền © 2022 với mọi quyền được bảo lưu. Việc phân phối lại, sao chép hoặc tạo tác phẩm phái sinh từ toàn bộ hoặc một phần Sách điện tử này là bất hợp pháp. Không có phần nào của báo cáo này có thể được sao chép hoặc truyền lại dưới bất kỳ hình thức nào mà không có sự cho phép bằng văn bản và có chữ ký của tác giả.

Mục Lục

MỤC LỤC..4
GIỚI THIỆU..8
NẤM NẤM TRẮNG...12
    1. Nấm BBQ đậu nành mè.....................................13
    2. Salad nấm với trứng...16
    3. Gỏi nấm & bún..20
    4. Smokey BBQ nấm với đậu lăng.........................24
    5. Salad nấm & bắp cải tím......................................28
NẤM BỜM SƯ TỬ..31
    6. Quiche bờm sư tử..32
    7. Nước sốt bờm sư tử..34
    8. Salad ấm nấm bờm sư tử...................................36
    9. Bánh Cua Bờm Sư Tử..39
    10. Nấm bờm sư tử áp chảo...................................43
    11. Nấm bờm sư tử chiên.......................................47
    12. Dăm bông bờm sư tử và trứng tráng phô mai....51
    13. Bánh "Cua" Bờm Sư Tử....................................55
    14. Phi lê bờm sư tử..58
    15. Lion's Mane Clarity Latte..................................61
    16. Bờm sư tử cuộn "tôm hùm".............................63
    17. Bánh xèo bờm sư tử...66
NẤM NẤM..68
    18. Gratin khoai tây & nấm dại..............................69
    19. Súp nấm Hungary..72
    20. Nấm nhồi...75
    21. Fajitas gà nấm..78

22. Súp nấm tuyệt vời..81
23. Ngô và Shiitake Fritters...................................84
24. Risotto nấm Shiitake.......................................88
25. Nấm Shiitake nướng..91
26. Salad Shiitake-lúa mạch ấm áp.........................93
27. Shiitake mè giòn và dai....................................96
28. Bí đao & nấm rừng..99
29. Lasagne của nấm hoang dã và kỳ lạ..................102
30. Vịt quay quesadilla nấm rừng...........................107
31. Bánh mì nhân nấm rừng..................................110
32. Cá bơn với nấm và rau muống.........................113
33. Kem nấm & gạo hoang dã................................116
34. Súp gà nấm và bánh bao matzo.......................120
35. Bánh mì nấm thập cẩm...................................125
36. Nấm đông cô nhồi..128

NẤM ENOKI..131

37. Nấm kim châm xào..132
38. Nấm kim châm xào..136
39. Súp nấm kim châm..138
40. Masala nấm Enoki...141
41. Nấm Enoki với đậu phụ..................................145
42. Súp kim châm...148
43. Canh cá nấm kim châm..................................151

NẤM HÀU...155

44. Sò nhúng nấm...156
45. Xà lách Arugula & Nấm Sò.............................158
46. Pasta với nấm và Gremolata...........................161
47. Hỗn hợp bông cải xanh-nấm...........................164
48. Ganganelli xanh với nấm sò............................167
49. Nấm sò hấp thuốc bắc...................................170
50. Mì ống sốt nấm sò..173
51. Cháo hàu nấm..177

52. NẤM SÒ VỚI LINGUINI..................................180
53. NẤM SÒ NGÂM SẢ ỚT....................................183
54. NẤM SÒ XÀO...186
55. SÒ ĐIỆP BIỂN & NẤM SÒ................................189
56. CÁ HỒI SỐT SHITAKI & NẤM SÒ...................194
57. CANH GỪNG NẤM SÒ.....................................197
58. CANH CẢI XOONG NẤM SÒ...........................200

NẤM NẤM THỤY SỸ..................................203

59. BÁNH KẾP SÚP LƠ VỚI NẤM.........................204
60. CƠM CHAY NẤM...207

THÊM...210

61. CÁ HỒI VÀ MORELS..211
62. SÚP KEM NẤM TỰ LÀM.................................214
63. MỲ ỐNG MOREL...217
64. EASY CHICKEN AND MORELS......................220
65. MOREL NHỒI CUA..223
66. TRỨNG MOREL TRỘN...................................226
67. MĂNG TÂY VÀ MORELS.................................228
68. MORELS NHỒI PHÔ MAI................................230
69. MORELS VỚI BỘT MÌ.....................................233
70. MOREL CHIÊN..235
71. MORELS TRONG BƠ.....................................238
72. SỐT NẤM MOREL..240
73. MOREL VỚI BÁNH QUY MẶN.......................243
74. MOREL VỚI VỤN BÁNH MÌ & PARMESAN....247
75. CÁ CHIÊN ÁP CHẢO......................................250

NẤM PORCINI..253

76. BÍT TẾT CHÀ BÔNG.......................................254
77. NẤM NGÂM NƯỚC TƯƠNG..........................257
78. CALZONE NẤM..260
79. MĂNG TÂY & MORELS TRONG DẦU GIẤM...................265

80. Phô mai xanh & nấm dại..................268

NẤM HẠT DẺ **271**

81. Bánh pudding nấm và tỏi tây..............272
82. Hạt dẻ và nấm dại........................275
83. Nấm linh chi..............................277

CREMINI **281**

84. Nấm Crimini Crostini.....................282
85. Ướp Crimini và cà rốt....................285
86. Nấm "Risotto" với Feta..................288
87. Strudel nấm.............................290
88. Kem Súp nấm.............................293
89. Hầm nấm Crimini.........................296
90. Linguine với Nấm & Sốt..................298
91. Pasta cải bó xôi nấm....................301

PORTOBELLO **305**

92. Súp nấm Portobello......................306
93. Trứng tráng phồng nấm...................309
94. Portobellos nướng theo phong cách Romanesque. 312
95. Bít tết portobello nướng................315
96. Bữa sáng portobellos với shiitakes......318
97. Gà madeira với portobello...............321
98. Cà tím và lasagna portobello............326
99. Sandwich bít tết nấm & sốt Pesto........330
100. Pizza nướng Bianca portobellos.........333

PHẦN KẾT LUẬN **337**

GIỚI THIỆU

A. **nấm mỡ trắng** là một loại nấm ăn được có hai trạng thái màu khi chưa trưởng thành – trắng và nâu – cả hai đều có nhiều tên gọi khác nhau. Khi trưởng thành, nó được gọi là nấm Portobello. Nấm nút trắng là loại chưa trưởng thành và có màu trắng. Đây là loại phổ biến nhất và có vị nhẹ nhất trong tất cả các loại nấm.

B. **nấm trinh nữ** còn được gọi là nấm Cremino, nấm nâu Thụy Sĩ, nấm nâu La Mã, nấm nâu Ý, nấm nâu cổ điển hoặc nấm hạt dẻ. Criminis là nấm Portobello non, cũng được bán dưới dạng nấm portobello con và chúng chỉ là nấm nút trắng trưởng thành hơn.

C. **nấm Portobello** Còn được gọi là: nấm trường, hoặc nấm mũ mở. Nấm Portobello có kết cấu dày đặc và có hương vị đậm đà. Ở Ý, chúng được sử dụng trong nước sốt và mì ống và là một chất thay thế thịt tuyệt vời.

Ngoài ra, nếu bạn muốn thay thế bánh mì, bạn thậm chí có thể sử dụng nắp phẳng của nấm. Chúng hoàn hảo để nướng và nhồi.

D. **Nấm hương** Còn được gọi là: Shitake, rừng đen, mùa đông đen, sồi nâu, đen Trung Quốc, nấm đen, đen phương Đông, nấm rừng, sồi vàng, Donko. Shiitake có hương vị và mùi gỗ nhẹ, trong khi các loại khô của chúng có mùi nồng hơn. Chúng có vị mặn và nhiều thịt và có thể được sử dụng để phủ lên trên các món thịt cũng như để tăng hương vị cho súp và nước sốt. Shiitake có thể được tìm thấy cả tươi và khô.

E. **nấm sò** là một số loại nấm ăn được trồng phổ biến nhất trên thế giới. Nấm đại hoàng là loài lớn nhất trong chi nấm sò. Chúng rất đơn giản để nấu và mang lại hương vị tinh tế và ngọt ngào. Chúng được sử dụng đặc biệt trong món xào hoặc áp chảo vì chúng luôn mỏng và do đó sẽ chín đều hơn các loại nấm khác.

F. **nấm kim châm** có sẵn tươi hoặc đóng hộp. Các chuyên gia khuyên bạn nên tiêu thụ những mẫu enoki tươi có nắp chắc, màu trắng, sáng bóng, thay vì những mẫu có thân nhầy nhụa hoặc hơi nâu. Chúng là nguyên liệu tốt và phổ biến trong nấu ăn châu Á. Bởi vì chúng giòn nên chúng giữ được lâu trong súp và rất hợp với món salad, nhưng bạn cũng có thể sử dụng chúng trong các món ăn khác.

G. **nấm mồng tơi** có màu cam, vàng hoặc trắng, nhiều thịt và hình loa kèn. Bởi vì chúng khó trồng trọt, nên chanterelles thường được tìm kiếm trong tự nhiên. Một số loài có mùi trái cây, những loài khác có mùi thơm của gỗ, đất và những loài khác thậm chí có thể được coi là cay.

H. **nấm porcini** là một loại nấm thịt tương tự như portobello, porcini là loại nấm thường được sử dụng trong ẩm thực Ý. Hương vị của nó đã được mô tả là có vị hạt dẻ và hơi nhiều thịt, với kết cấu kem mịn và mùi thơm đặc biệt gợi nhớ đến bột chua.

I. **Nấm Shimeji** phải luôn được nấu chín: không phải là loại nấm tốt để ăn sống do có vị hơi đắng. Vị đắng của nó biến mất hoàn toàn khi được nấu chín và nấm có hương vị hơi hạt dẻ. Đây là một trong những loại nấm dùng tốt trong các món xào, súp, món hầm và nước sốt.

J. **Nấm Morel** có hình dạng tổ ong trên nắp của chúng. Morel được các đầu bếp sành ăn đánh giá cao, đặc biệt là trong ẩm thực Pháp, bởi vì chúng siêu mặn và ngon

NẤM NẤM TRẮNG

1. Nấm bbq đậu nành mè

Thành phần

- 4 cây nấm lớn màu trắng
- 2 cải ngọt, cắt đôi theo chiều dọc, rửa sạch
- 400g đậu hũ chiên, thái miếng dày

Gia vị:

- 2 muỗng canh nước tương
- 1/3 chén mật ong 3 muỗng canh nước cốt chanh 1/2 muỗng cà phê ớt mảnh
- 2 tép tỏi, băm nhỏ

trang trí:

- Lá rau mùi
- hạt mè nướng
- chanh nêm

Hướng

a) Để làm nước xốt, trộn tất cả các thành phần với nhau. Ướp nấm với 3/4 lượng nước ướp, cho khoảng. 15 phút.

b) Đặt nấm, cải ngọt và đậu phụ lát lên một khay lớn và đổ nước xốt lên khắp, đảm bảo nấm được phủ đều.

c) Đun nóng đồ nướng ở nhiệt độ cao và nướng nấm cho đến khi vừa xẹp xuống nhưng vẫn còn cứng khi chạm vào.

d) Cho nấm vào phần nước xốt còn lại và phủ nấm một lần nữa. Để qua một bên. Tiếp tục nướng đậu phụ và cải ngọt, 2-3 phút mỗi bên.

e) Trên một cái đĩa hoặc tấm ván lớn, đặt cải ngọt, cắt mặt cùng với đậu phụ và 4 cây nấm lớn lên trên. Rắc hạt mè và rau mùi, trang trí bằng chanh.

2. Salad nấm với trứng

Thành phần

- 500gm nấm mỡ trắng, rửa sạch
- 1 zucchini, thái thành dải ruy băng (dùng dụng cụ gọt vỏ)
- 4 củ dền nhỏ vừa, bỏ ngọn
- 1-2 muỗng canh đường
- 1 muỗng cà phê muối

trang trí:

- Các loại thảo mộc tươi bạc hà, húng quế, rau mùi tây hoặc thì là
- Hạt vừng đen Rau má
- 1 lon đậu xanh, để ráo nước
- 4 trứng hỏa tiễn 100g
- 1 quả bơ
- 2 muỗng canh dầu ô liu
- Muối và tiêu
- Nướng phẳng bánh mì, để phục vụ

Gia vị:

- 4 muỗng canh dầu ô liu EV

- 2 muỗng canh giấm balsamic lâu năm
- 1 muỗng cà phê mù tạt Dijon Muối và tiêu Một nắm lá húng quế xé nhỏ
- Cà rốt ngâm chua: 200g cà rốt gọt vỏ, thái sợi
- 1 ly nước
- 1/2 chén giấm trắng

Hướng

a) Làm nóng lò ở 180°C. Đặt củ dền lên một miếng giấy bạc lớn, rưới dầu ô liu, muối và hạt tiêu rồi bọc thành gói. Đặt trên khay lò nướng và nướng trong lò cho đến khi củ dền vừa chín tới.

b) Để nguội. Gọt vỏ củ dền và cắt thành phần tư hoặc phần tám. Đặt sang một cái bát và rưới thêm một ít dầu ô liu và thêm gia vị.

c) Trong khi đó, nấu trứng trong nước sôi trong 7 phút và làm mới dưới vòi nước lạnh. Gọt vỏ và đặt sang một bên.

d) Đối với nước xốt nấm, trộn dầu ô liu, giấm balsamic, mù tạt, muối và tiêu. Thêm nấm thái lát và húng quế và phủ đều. Để qua một bên.

e) Phục vụ bằng 4 bát cạn. Đặt thành từng nhóm nhỏ xung quanh cạnh trong của bát, đậu xanh, lát bí xanh, củ dền với rau rocket bên dưới, nấm, cà rốt ngâm chua và bơ. Đặt mặt cắt trứng lên trên.

f) Rưới một ít dầu ô liu nguyên chất, muối và hạt tiêu, hạt vừng đen và các loại thảo mộc tươi. Ăn kèm với má chanh và nêm bánh mì nướng.

3. Gỏi nấm & bún

Thành phần

- 400gm nấm nút trắng, thái lát mỏng
- 230gm bún sợi nhỏ (kiểu bún)
- 1 củ cà rốt vừa, gọt vỏ và cắt thành que mỏng
- 1 quả dưa chuột lục địa, giảm một nửa theo chiều dọc, hạt
- 1 tép tỏi lớn vừa, thái nhỏ
- 1-2 quả ớt đỏ nhỏ, bỏ hạt và thái nhỏ

trang trí:

- 1/2 chén đậu phộng xắt nhỏ (nếu dùng) hoặc hẹ giòn
- Nêm chanh hoặc chanh (tùy chọn)
- dầu mè
- 1 củ hành tím nhỏ, bóc vỏ, thái lát mỏng theo chiều dọc
- 1 chén giá đỗ, rửa sạch và để ráo nước
- 1 bó rau mùi, rửa sạch, bỏ rễ
- 1/2 bó bạc hà, rửa sạch, nhặt lá

Cách ăn mặc:

- 1/2 chén nước mắm
- 1/3 chén đường thốt nốt
- 1/4 cốc chanh tươi hoặc nước cốt chanh

Hướng

a) Nấu mì theo hướng dẫn gói. Rửa sạch dưới vòi nước lạnh và để ráo nước. Đặt sang một bên trong một bát trộn lớn.

b) Để làm nước xốt, cho tất cả nguyên liệu làm xốt vào lọ và lắc đều để trộn đều. Để qua một bên.

c) Cho cà rốt, dưa chuột, hành tím, giá đỗ, nấm và 3/4 lượng rau thơm vào tô bún. Dùng tay đảo nhẹ tất cả các nguyên liệu sau đó cho nước sốt vào. Tung một lần nữa để kết hợp.

d) Trên đĩa lớn hoặc bát riêng, phục vụ món salad với đậu phộng (hoặc hẹ) xắt nhỏ, các loại rau thơm còn lại và một ít dầu mè.

e) Trang trí bằng chanh và/hoặc lát chanh.

4. Smokey bbq nấm với đậu lăng

Thành phần

- 4 nấm lớn màu nâu
- 1 chén đậu lăng xanh
- 250g đậu xanh, rửa sạch, bỏ ngọn
- 400g bí đỏ, gọt vỏ, bỏ hạt và cắt miếng dày 1cm
- 100g lá xà lách, rau mồng tơi/ rau rocket/ lá thập cẩm
- Một ít rau mùi tây, rửa sạch và thái nhỏ
- 50gm hạnh nhân nướng
- Một nắm lá bạc hà

Gia vị:

- 1/4 chén dầu ô liu EV Nước ép của 2 quả chanh
- 1 tép tỏi, băm nhỏ
- 1 muỗng cà phê ớt bột hun khói Muối và hạt tiêu

Hướng

a) Đối với nước xốt nấm, trộn đều 3 muỗng canh dầu ô liu, nước cốt chanh, tỏi, ớt bột hun khói, muối và hạt tiêu. Để riêng 3-4 muỗng canh nước xốt để dùng làm nước sốt sau này. Đổ nước xốt còn lại lên nấm, phủ đều. Đặt sang một bên cho khoảng. 20 phút.

b) Để nấu đậu lăng, rửa sạch trong nước lạnh và để ráo nước. Trong một cái nồi lớn, thêm 4 cốc nước vào 1 cốc đậu lăng. Để có thêm hương vị, hãy thêm một lá nguyệt quế. Đun sôi nồi, sau đó giảm lửa nhỏ, đậy nắp và nấu trong khoảng. 20 phút. Sử dụng một cái rây, để ráo nước từ đậu lăng và loại bỏ lá nguyệt quế. Để nguội.

c) Đặt đậu và bí ngô vào một cái bát và tráng kỹ bằng một ít dầu ô liu, muối và hạt tiêu.

d) Làm nóng sơ bộ đồ nướng ở nhiệt độ trung bình đến cao và nướng rau cho đến khi chúng mềm.

e) Đặt rau nướng trong một bát lớn. Nướng nấm, lật chúng thường xuyên trong khoảng. 5-6 phút. Đặt sang một cái bát riêng và rắc rau mùi tây.

f) Để kết hợp món salad, thêm đậu lăng đã nấu chín vào đậu và bí ngô, thêm lá salad, bạc hà và nước sốt còn sót lại. Nhẹ nhàng dùng tay trộn đều salad.

g) Để phục vụ, đặt salad đậu lăng lên một đĩa lớn, rắc hạnh nhân và đặt 4 cây nấm lên trên. Rưới nước còn sót lại từ nấm.

h) Ăn với bánh mì giòn hoặc thịt nướng yêu thích của bạn.

5. Salad nấm & bắp cải tím

Phục vụ 2-4

Thành phần

- 100g nấm mỡ, thái lát mỏng
- 100g nấm đông cô, bỏ cuống, mũ thái lát mỏng
- 100g nấm sò, thái lát mỏng
- 2 muỗng canh nước cốt chanh
- 2 muỗng cà phê nước tương
- 1 tép tỏi, bóc vỏ và nghiền nát
- 2 muỗng canh nước cốt chanh
- 3 muỗng canh dầu ô liu nguyên chất
- ¼ bắp cải tím (khoảng 150g), bỏ lõi, bào mỏng
- 2 muỗng canh giấm táo
- 1 muỗng cà phê đường cát
- 100ml sữa chua nguyên chất
- 50ml dầu thực vật
- Muối và hạt tiêu đen

- Một nắm lá húng quế

Hướng

a) Đặt nấm nút và nấm đông cô vào một cái bát và nấm sò vào một cái bát khác. Thêm nước cốt chanh và nước tương vào nút và nấm hương. Thêm tỏi và 1 muỗng canh nước cốt chanh vào nấm sò. Thêm một nửa dầu ô liu vào mỗi thứ, sau đó trộn đều.

b) Trộn bắp cải với giấm và đường rồi để cả bắp cải và nấm ướp trong ít nhất 2 giờ, tốt nhất là 6-8 giờ, đậy kín trong tủ lạnh. Quăng cả hai một vài lần.

c) Đánh đều nước cốt chanh còn lại với sữa chua và dầu thực vật, nêm muối và tiêu. Để phục vụ, quăng nấm lại với nhau và rút nước từ chúng. Xé lá húng quế và trộn với bắp cải.

d) Chia bắp cải giữa các đĩa, sau đó đặt nấm lên trên. Khuấy sữa chua một lần nữa, sau đó rưới lên món salad.

NẤM Bờm SƯ TỬ

6. Quiche bờm sư tử

Thành phần

- 1 Vỏ bánh ngọt
- Một chút muối và hạt tiêu
- 2 chén phô mai bào
- 1 cốc sữa
- 1 củ hành vừa, thái hạt lựu
- 2 muỗng canh bột mì
- $\frac{1}{2}$ lb. Nấm bờm sư tử, thái lát mỏng
- $\frac{1}{4}$ muỗng cà phê mù tạt khô
- 1 muỗng canh bơ 3 quả trứng
- 1 muỗng canh Dầu ô liu

Hướng:

a) Phủ phô mai lên đáy vỏ bánh ngọt. Xào nấm và hành tây trong hỗn hợp 1 muỗng canh bơ và 1 muỗng canh dầu ô liu cho đến khi mềm.

b) Đặt hỗn hợp nấm/hành tây lên trên pho mát. Thêm muối và hạt tiêu cho vừa ăn.

c) Đánh đều bột mì, trứng, sữa và mù tạt khô rồi đổ lên lớp nấm. Nướng ở 375 độ hoặc cho đến khi phần giữa cứng lại.

7. nước sốt bờm sư tử

Thành phần

- ½ lb. Nấm bờm sư tử, thái lát hoặc băm nhỏ
- 3 muỗng canh bơ
- ¼ chén hành tây xắt nhỏ
- 2 chén kem nhẹ (hoặc sữa tùy chọn)
- 2 chén nước
- 3 muỗng canh bột mì

Hướng:

a) Kết hợp nước và 2/3 nấm, đun nhỏ lửa trong 20 phút. Trong chảo riêng, xào bơ, nấm và hành tây còn lại cho đến khi có màu nâu.

b) Rắc hỗn hợp bột mì lên hỗn hợp nấm/hành tây và nấu vài phút.

c) Kết hợp hỗn hợp kem (hoặc sữa) và nước và thêm vào hỗn hợp áp chảo. Đun nhỏ lửa trong chảo mở cho đến khi đạt được độ đặc mong muốn.

8. Salad ấm nấm bờm sư tử

Năng suất: 1 phần ăn

Thành phần

- 2 muỗng canh dầu ô liu
- 1 quả chanh; nước trái cây của
- 2 muỗng cà phê mù tạt nguyên hạt
- 1 muỗng canh Mật ong trong suốt
- Muối và hạt tiêu đen mới xay
- 3 muỗng canh dầu Olive
- 2 lát bánh mì Granary; bỏ lớp vỏ, lá xà lách trộn
- 8 quả cà chua bi; giảm một nửa
- 1 gói nấm Lion's Mane 125 g; sau đó giảm một nửa; một nửa thái lát mỏng

Hướng:

a) Trộn đều tất cả các nguyên liệu làm nước xốt và thêm gia vị cho vừa ăn. Làm lạnh cho đến khi cần thiết.

b) Đun nóng 2 muỗng canh dầu trong chảo, cho các viên bánh mì vào chiên vàng đều các mặt. Xả trên giấy ăn thấm.

c) Sắp xếp lá rau diếp, cà chua bi và bánh mì đã chuẩn bị sẵn trên đĩa phục vụ hoặc một bát lớn.

d) Đun nóng muỗng canh dầu còn lại trong chảo, thêm tỏi và những lát nấm Lion's Mane. Xào nấm cho đến khi vàng nâu ở mỗi bên, mất khoảng 3-5 phút.

e) Sắp xếp các lát nấm trên món salad và rưới nước xốt salad lên.

9. Bánh Cua Bờm Sư Tử

Thành phần

- 8 oz. nấm bờm sư tử
- 1 quả trứng (hoặc trứng lanh)
- 1/2 chén vụn bánh mì panko
- 1/4 chén hành tây (thái nhỏ)
- 1 muỗng canh sốt mayonnaise hoặc sốt mayonnaise thuần chay
- 1 muỗng cà phê nước sốt Worrouershire
- 3/4 muỗng cà phê gia vị vịnh cũ
- 1 muỗng cà phê mù tạt dijon
- 1 muỗng canh mùi tây (thái nhỏ)
- 1/4 muỗng cà phê muối (theo khẩu vị của bạn)
- 1/4 muỗng cà phê tiêu đen
- 2-3 muỗng canh dầu (để chiên bánh)
- 2 cách trang trí tối ưu: chanh nêm
- Sốt Tartar nhanh

- 1/4 chén sốt mayonnaise hoặc sốt mayonnaise thuần chay

- 1 muỗng canh thì là dưa chua gia vị

- 1/4 muỗng cà phê gia vị vịnh cũ

Hướng

a) Dùng tay băm nhỏ Nấm Bờm sư tử thành những miếng nhỏ giống như kết cấu của cua vảy.

b) Trong tô lớn, trộn trứng, sốt mayonnaise, hành tây, sốt Worrouershire, gia vị Old Bay, mù tạt Dijon, rau mùi tây (thái nhỏ), muối và hạt tiêu. Trộn cho đến khi kết hợp hoàn toàn.

c) Trộn trong Lion's Mane Mushroom cho đến khi kết hợp hoàn toàn.

d) Trộn trong vụn bánh mì Panko cho đến khi kết hợp hoàn toàn.

e) Tạo hỗn hợp thành 3-4 miếng chả tròn phẳng có kích thước bằng nhau (dày khoảng 1/2 đến 3/4 inch).

f) Đun nóng dầu trong chảo trên lửa vừa/cao.

g) Nấu chả trong khoảng 2-3 phút mỗi bên. Nên có màu vàng nâu và được nấu chín trong suốt.

h) Thêm trang trí tùy chọn, vắt chanh và thưởng thức!

10.   Nấm bờm sư tử áp chảo

Thành phần

Đối với nấm:

- 1 lb. nấm bờm sư tử, rửa sạch và thái thành ⅓-inch miếng
- 1 quả trứng
- ½ cốc sữa
- 1 chén bột mì đa dụng
- 2 thìa cà phê ớt bột
- 2 muỗng cà phê húng quế khô
- 1 ½ muỗng cà phê muối biển
- 1 muỗng cà phê tiêu xay
- 1 muỗng cà phê bột tỏi
- 1 muỗng cà phê bột hành
- 3-6 muỗng canh dầu thực vật để nấu ăn

Hướng

a) Trong một cái bát, đánh trứng cho đến khi nó được đánh bông và khuấy sữa cho đến khi kết hợp. Trong một bát khác, kết hợp bột mì với tất cả các gia vị khô — ớt bột qua bột hành tây và trộn đều.

b) Nhúng một lát nấm hầu thủ vào hỗn hợp trứng, sau đó nhúng vào hỗn hợp bột mì. Đặt sang một cái đĩa lớn hoặc thớt. Tiếp tục cho đến khi khoảng một nửa số nấm được nhúng và nạo vét.

c) Làm nóng trước một chảo lớn trên lửa vừa. Thêm 1-2 muỗng canh dầu thực vật (hoặc chất béo nấu ăn mà bạn chọn) vào chảo và xoay dầu nóng xung quanh.

d) Dùng kẹp nhẹ nhàng đặt các lát nấm đã nạo vào chảo, chú ý không để chảo quá đông. Hạ nhiệt xuống thấp - điều này sẽ giúp nấm chín kỹ mà không bị cháy và chuyển màu nâu quá nhiều. Nghiêng chảo một chút để dầu lan đều xung quanh. Tiếp tục nấu ở một bên trong 3-4 phút ở nhiệt độ thấp, cẩn thận để không làm cháy nấm.

e) Dùng kẹp cẩn thận lật từng miếng nấm lên và nấu ở mặt còn lại trong 3-4 phút.

f) Cẩn thận vớt nấm đã chiên ra khỏi chảo và đặt lên khăn giấy để thấm bớt dầu thừa.

g) Lau sạch chảo bằng khăn giấy sạch (dùng kẹp để giữ khăn giấy để bạn không bị bỏng tay!!) và lặp lại các bước 2-4 cho đến khi nấm chín hết.

h) Trộn sốt cà chua + mayo (hoặc sử dụng nước chấm yêu thích của bạn) và dùng nóng.

11. nấm bờm sư tử chiên.

Khẩu phần: 4

Thành phần

Đối với nấm:

- 1 lb nấm bờm sư tử rửa sạch và thái thành ⅓-inch miếng
- 1 quả trứng
- ½ cốc sữa (bất kỳ loại nào - không đường và không hương vị nếu dùng sữa thực vật)
- 1 chén bột mì đa dụng
- 2 thìa cà phê ớt bột
- 2 muỗng cà phê húng quế khô (hoặc gia vị Ý hoặc oregano)
- 1 ½ muỗng cà phê muối biển
- 1 muỗng cà phê tiêu xay
- 1 muỗng cà phê bột tỏi
- 1 muỗng cà phê bột hành
- 3-6 muỗng canh dầu thực vật để nấu ăn (hoặc chất béo nấu ăn tùy chọn)

Đối với nhúng:

- 2 muỗng canh sốt mayonaise
- 2 muỗng canh sốt cà chua
- Thiết bị đặc biệt
- 2 bát vừa
- Một cái đĩa lớn hoặc thớt (hoặc bất kỳ bề mặt phẳng sạch nào)
- Chảo chống dính lớn
- cái kẹp
- Đĩa lót bằng khăn giấy

Hướng

a) Trong một bát, trộn đều trứng và sữa. Trong một bát khác, kết hợp bột mì với tất cả các gia vị khô — ớt bột qua bột hành tây và trộn đều.

b) Nhúng một lát nấm hầu thủ vào hỗn hợp trứng, sau đó nhúng vào hỗn hợp bột mì. Đặt sang một cái đĩa lớn hoặc thớt. Tiếp tục cho đến khi tất cả nấm được nhúng và nạo vét.

c) Làm nóng trước một chảo lớn trên lửa vừa. Thêm 1-2 muỗng canh dầu vào chảo và xoay nó xung quanh. Đặt các lát nấm nạo vào chảo, cẩn thận không để chảo đông đúc. Hạ nhiệt xuống thấp và nghiêng chảo xung quanh một chút để dầu lan ra xung quanh. Nướng trong 3-4 phút mỗi bên, chú ý không làm cháy nấm.

d) Cẩn thận vớt nấm đã chiên ra khỏi chảo và đặt lên khăn giấy để thấm bớt dầu thừa.

e) Lau sạch chảo bằng khăn giấy sạch (dùng kẹp để giữ khăn giấy để không bị bỏng tay!!) và lặp lại các bước 3-4 cho đến khi nấm chín hết.

f) Trộn sốt cà chua + mayo (hoặc sử dụng nước chấm yêu thích của bạn) và dùng nóng.

12. Dăm bông bờm sư tử và trứng tráng phô mai

NĂNG SUẤT: 1 món trứng tráng

Thành phần

- Trứng, Lớn 2 quả mỗi quả (3,6 oz.) (102 g)
- Nấm bờm sư tử, Thái nhỏ 1/4 cốc (0,6 oz.) (17 g)
- Giăm bông, Kiểu Deli, Thái lát mỏng, Thái hạt lựu Nhỏ 1/3 cốc (1 oz.) (28 g)
- Phô mai, Colby Jack, Cắt nhỏ. 1/3 cốc (1 oz.) (28 g)

Hướng:

a) Làm nóng trước vỉ nướng của bạn ở mức trung bình/thấp đến trung bình.

b) Thu thập tất cả các thành phần của bạn.

c) Xúc xắc nấm và giăm bông.

d) Trong một bát nhỏ, đánh trứng với nhau. Nếu bạn muốn món trứng tráng mềm mịn, hãy thêm khoảng 1 thìa canh sữa và trộn đều.

e) Trên vỉ nướng khô đã làm nóng trước, xào nấm thái hạt lựu cho đến khi chúng bắt đầu chuyển sang màu nâu vàng.

f) Nấu giăm bông thái hạt lựu trong khi nấm đang chuyển sang màu nâu.

g) Kết hợp nấm và giăm bông với nhau trên vỉ nướng.

h) Nếu bạn có một chiếc nhẫn ốp la, nó có thể được sử dụng ngay bây giờ.

i) Đặt lớp mỡ mỏng mong muốn của bạn trên vỉ nướng. Tôi đã sử dụng bình xịt nấu ăn, bơ, mỡ thịt xông khói và dầu ô liu. Chỉ cần đảm bảo trải nó ra và đủ rộng để món trứng tráng chín.

j) Đổ trứng đã đánh bông lên vỉ nướng đã được bôi mỡ. Trứng phải có hình tròn 6 inch. Nếu trứng bắt đầu chảy trên vỉ nướng, hãy dùng thìa và đưa nó trở lại hình tròn.

k) Khi trứng ngừng chảy, thêm giăm bông và nấm đã nấu chín lên trên và trải đều xung quanh vòng tròn.

l) Nấu món trứng tráng khoảng 2 phút cho mỗi bên. Nhưng thời gian nấu sẽ khác nhau. Bạn cần nấu món trứng tráng theo hình thức của nó vì mỗi vỉ nướng sẽ có nhiệt độ khác nhau.

m) Khi món trứng tráng giăm bông và nấm đã chín ở một bên, đó là lúc để lật. Với một cái thìa lớn, cẩn thận lật món trứng tráng.

n) Thêm một nửa số phô mai vụn vào một nửa món trứng tráng.

o) Sau khi món trứng tráng nấm, giăm bông và pho mát đã chín, lật đôi để mặt không có pho mát nằm trên pho mát tan chảy.

p) Phủ phô mai vụn còn lại lên trên và lấy ra khỏi vỉ nướng.

13. Bánh "Cua" Bờm Sư Tử

Mang lại 6 phần ăn

Thành phần:

- ⅓ cốc mayonaise
- 1 trứng lớn
- 2 muỗng canh mù tạt dijon
- 2 muỗng cà phê nước sốt Worrouershire
- 2 chén miếng nấm Lion's Mane đã khử nước
- 1 quả ớt chuông đỏ, thái hạt lựu
- 1 củ hành lá, thái lát
- 2 tép tỏi, băm nhỏ
- ½ chén bột mì hoặc vụn bánh mì (tùy chọn không chứa gluten)
- Nước chanh, để hương vị
- Muối và hạt tiêu đen để nếm

Hướng:

a) Trong một cái bát nhỏ, trộn sốt mayo, trứng, mù tạt và sốt Worrouershire với nhau.

b) Trong một bát lớn, thêm nấm Lion's Mane với ớt chuông, hành lá và tỏi. Trộn bột mì hoặc vụn bánh mì, muối và hạt tiêu. Cho nguyên liệu vào bát nhỏ khuấy đều.

c) Sử dụng hỗn hợp để tạo thành 6 miếng hoặc nhiều hơn.

d) Phủ dầu lên chảo lớn và đun nóng ở nhiệt độ trung bình cao. Thêm bánh và nấu cho đến khi vàng và giòn, vài phút mỗi bên.

e) Hãy tận hưởng những lợi ích sức khỏe của Lion's Mane khi bạn thưởng thức những chiếc bánh này với nước cốt chanh hoặc một loại topping yêu thích khác.

14.   Phi lê bờm sư tử

Thành phần:

- 1 pound nấm Lion's Mane, thái thành miếng phi lê $\frac{3}{4}$ inch, vắt bớt nước

- 1 muỗng canh ghee

- $\frac{1}{2}$ chén rượu vang trắng khô (hoặc thay thế bằng 2 muỗng canh sherry khô)

- 1 củ hẹ vừa, băm nhỏ (hoặc thay thế bằng 3 tép tỏi)

- Muối và hạt tiêu đen để nếm

Hướng:

a) Ướp thịt thăn Lion's Mane với muối và hạt tiêu

b) Đun nóng ghee trong chảo lớn ở nhiệt độ trung bình cao.

c) Thêm Lion's Mane và ấn xuống bằng thìa để loại bỏ nước thừa. Xào cả hai mặt dưới màu nâu và chín mềm.

d) Hạ nhiệt xuống mức trung bình thấp. Thêm rượu vang hoặc sherry và hẹ tây hoặc tỏi, đậy nắp và nấu cho đến khi tỏi mềm.

e) Phục vụ với các mặt yêu thích của bạn và tận hưởng những lợi ích sức khỏe của Lion's Mane, một cách ngon lành!

15.   Lion's Mane Clarity Latte

Mang lại 1 phần ăn

Thành phần:

- ½ tách cà phê
- ½ muỗng cà phê cồn thuốc Mushroom Revival Lion's Mane
- ½ cốc sữa tùy chọn
- chút quế
- Nhúm hạt nhục đậu khấu

Hướng:

a) Thêm nguyên liệu vào máy xay sinh tố.

b) Xay ở tốc độ cao cho đến khi sủi bọt và trộn đều.

16. Bờm sư tử cuộn "tôm hùm"

Thành phần:

- 2 quả trứng lớn
- 2 muỗng canh gia vị Old Bay
- 1 muỗng cà phê muối cần tây
- 2 thìa nước cốt chanh
- 1 pound nấm Lion's Mane, cắt thành lát $\frac{1}{4}$ inch
- 3 muỗng canh dầu ô liu hoặc ghee
- $\frac{1}{2}$ chén sốt mayonaise
- $\frac{1}{2}$ củ hành tím, thái hạt lựu
- $\frac{1}{4}$ chén thì là tươi, thái nhỏ
- $\frac{1}{4}$ chén mùi tây tươi, xắt nhỏ
- $\frac{1}{2}$ chén cần tây thái hạt lựu
- 4 cuộn, hoagie hoặc kiểu Pháp (tùy chọn ăn kèm với salad)
- Muối và tiêu

Hướng:

a) Trong một bát vừa, đánh trứng. Đánh đều gia vị Old Bay, muối cần tây và nước cốt chanh.

b) Thêm các lát nấm vào hỗn hợp trứng và trộn cho đến khi hấp thụ.

c) Đun nóng dầu hoặc ghee trong chảo lớn trên lửa vừa và cao. Nấu các lát nấm, làm khô mỗi bên trong khoảng 2 phút. Vớt nấm ra và để ráo trên khăn giấy. Sau khi nguội, cắt nhỏ nấm bằng một vài cái nĩa hoặc ngón tay của bạn.

d) Trong một bát vừa, kết hợp sốt mayonnaise, hành tây, thì là, rau mùi tây và cần tây. Thêm nấm xắt nhỏ và trộn kỹ. Thêm muối cần tây bổ sung và / hoặc nước cốt chanh để hương vị.

e) Cắt mở các ổ bánh mì hoặc chuẩn bị món salad để phục vụ món "tôm hùm" Bờm Sư tử. Vui thích!

17. Bánh xèo bờm sư tử

Mang lại 2 phần ăn

Thành phần:

- 2 quả trứng lớn

- 1 1/2 cốc sữa hạnh nhân

- 1 $\frac{1}{4}$ chén bột (thay thế cho các lựa chọn không chứa gluten)

- $\frac{1}{4}$ chén bơ đun chảy

- 1 chén Lion's Mane tươi, xắt nhỏ

- Topping tự chọn

Hướng:

a) Trong một bát lớn, đánh trứng và sữa với nhau.

b) Thêm bột mì, bơ và nấm và khuấy cho đến khi mịn.

c) Thêm bơ vào chảo trên lửa vừa cao, thêm $\frac{1}{2}$ cốc hỗn hợp vào chảo và lật khi bong bóng xuất hiện. Khi cả hai mặt có màu vàng nâu, thêm toppings và ăn lên!

NĂM NĂM

18. Gratin khoai tây & nấm dại

Thành phần:

- 5 oz. phô mai xanh vụn
- 1 $\frac{1}{2}$ muỗng canh bơ
- 1 $\frac{1}{2}$ muỗng cà phê húng tây tươi xắt nhỏ
- 1 lb. nấm tươi hỗn hợp
- 1 muỗng cà phê muối
- 2 $\frac{1}{2}$ cốc kem tươi $\frac{1}{2}$ thìa cà phê tiêu
- 2 lạng. Khoai tây vàng Yukon, gọt vỏ, thái miếng tròn rất mỏng

Hướng:

a) Đặt giá ở 1/3 trên cùng của lò và làm nóng trước ở 400o. Đĩa nướng thủy tinh 13x9x2 in bơ. Đặt phô mai vào bát vừa; thêm ½ cốc kem. Dùng nĩa, nghiền hỗn hợp thành hỗn hợp sệt. Trộn vào 1 muỗng cà phê muối và 1/2 muỗng cà phê tiêu.

b) Trộn trong 2 cốc kem còn lại. Đun chảy bơ trong nồi lớn, nặng trên lửa vừa và cao. Thêm nấm và các loại thảo mộc và xào cho đến khi nấm mềm và chất lỏng chín, khoảng 8 phút.

c) Sắp xếp một nửa số khoai tây dưới đáy đĩa đã chuẩn bị. Rưới đều ¾ chén sốt phô mai lên trên. Cho tất cả hỗn hợp nấm, ¾ chén sốt phô mai lên trên, sau đó thêm khoai tây còn lại. Rưới sốt phô mai còn lại lên trên.

d) Đậy đĩa bằng giấy bạc. Nướng gratin 30 phút, sau đó không đậy nắp và nướng cho đến khi khoai tây mềm, mặt trên có màu nâu vàng và nước sốt sệt lại, thêm khoảng 30 phút nữa.

e) Để yên trong 10 phút; phục vụ nóng.

19. Súp nấm Hungary

Thành phần:

- 1 lb. nấm tươi hỗn hợp
- 1 muỗng tamari
- 2 chén hành tây xắt nhỏ
- 1 muỗng cà phê muối
- 4 muỗng canh bơ
- 2 chén thịt gà, rau hoặc nước
- 3 muỗng canh bột mì
- $\frac{1}{4}$ chén mùi tây tươi xắt nhỏ
- 1 ly sữa
- 2 muỗng cà phê nước cốt chanh tươi
- 1-2 muỗng cà phê thì là Hạt tiêu đen xay tươi hoặc nếm thử
- 1 muỗng canh ớt bột Hungary
- $\frac{1}{2}$ chén kem chua

Hướng:

a) Xào hành tây trong 2 muỗng canh bơ, muối nhẹ. Vài phút sau, thêm nấm 1 thìa cà phê thì là $\frac{1}{2}$ cốc nước dùng (hoặc nước), tương tamari và ớt bột. Đậy nắp và đun nhỏ lửa trong 25 phút.

b) Đun chảy bơ còn lại trong một cái chảo lớn; cho bột mì vào, vừa đánh vừa nấu (vài phút). Thêm sữa; tiếp tục nấu, khuấy thường xuyên trên lửa nhỏ, khoảng 10 phút cho đến khi đặc lại.

c) Khuấy hỗn hợp nấm và nước dùng còn lại. Đậy nắp và đun nhỏ lửa trong 10-15 phút, ngay trước khi dùng, thêm muối, hạt tiêu, nước cốt chanh, kem chua và thêm thì là nếu muốn.

d) Phục vụ trang trí với rau mùi tây.

20.   nấm nhồi

Thành phần:

- xúc xích số lượng lớn 1 lb
- 1 lb. Nấm Shiitake tươi (cỡ vừa ăn)
- 2 tép tỏi
- ½ củ hành vàng nhỏ, thái nhỏ
- 4 muỗng canh mùi tây tươi, thái nhỏ
- ½ chén vụn bánh mì tẩm gia vị
- 1 muỗng cà phê cây xô thơm khô
- ½ muỗng cà phê cây xô thơm khô
- Muối và hạt tiêu cho vừa ăn
- ½ chén phô mai Parmesan

Hướng:

a) Làm nóng lò ở 400o. Loại bỏ thân nấm. Cắt nhỏ thân cây và xào trong bơ với hành tây và tỏi cho đến khi mềm (khoảng 4 phút).

b) Lấy ra khỏi chảo. Xào xúc xích cho đến khi có màu nâu, để ráo nước. Cho hỗn hợp xúc xích và nấm vào máy xay thực phẩm; thêm các thành phần còn lại, ngoại trừ phô mai.

c) Xay đến khi hỗn hợp sánh mịn, nêm nếm gia vị vừa ăn.

d) Nhồi từng mũ nấm còn lại với hỗn hợp xúc xích và phủ phô mai lên trên. Đặt các nắp đầy trên khay nướng và nướng trong 15-20 phút. cho đến khi nấm chín.

e) Nhân xúc xích có thể được làm trước 2 tuần nếu không có nấm và đông lạnh.

21. Fajitas gà nấm

Thành phần:

- 8 oz. pho mát kem, làm mềm
- ½ lb. hỗn hợp nấm tươi (Maitake, Shiitake, Oyster...)
- 1 muỗng cà phê gia vị fajita
- 1 muỗng canh rau mùi xắt nhỏ
- ½ muỗng cà phê bột tỏi
- 4 muỗng canh dầu
- 1 củ hành đỏ nhỏ, thái lát mỏng
- 1 quả ớt chuông xanh, thái lát mỏng
- 1 quả ớt chuông đỏ, thái lát mỏng
- ½ thìa cà phê muối
- 2 ức gà không xương/không da, thái thành dải
- 4 bánh bột mì 8 inch

Hướng:

a) Trong một bát nhỏ, khuấy đều phô mai kem, gia vị fajita, ngò và bột tỏi; để qua một bên. Trong một cái chảo lớn trên lửa vừa phải, đun nóng 1 muỗng canh dầu; xào nấm cho đến khi mềm và chất lỏng bay hơi, 3-4 phút. Cạo vào bát và đặt sang một bên. Trong cùng một chảo, đun nóng 2 muỗng canh dầu trên lửa vừa.

b) Thêm hành tây, ớt và muối và xào cho đến khi chín mềm (khoảng 4 phút). Đặt trong bát với nấm. Đun nóng 1 muỗng canh dầu trong chảo và thêm thịt gà. Nấu trên lửa vừa cho đến khi trong suốt mờ đục, khoảng 2 phút. Quăng với rau và đun nóng.

c) Đặt bánh tortillas lên đĩa có thể dùng được trong lò vi sóng và cho vào lò vi sóng khoảng 15 giây ở nhiệt độ cao cho đến khi nóng lên.

d) Chia hỗn hợp kem phô mai thành bốn phần và phết lên từng bánh tortilla. Cho hỗn hợp gà/rau lên trên pho mát kem, cuộn lại và dùng. Làm 4 fajitas.

22. Súp nấm tuyệt vời

Hướng

- 6 muỗng canh bơ không ướp muối
- 6 oz. Nấm Shiitake, thái lát và cắt bỏ cuống
- 1 muỗng cà phê muối
- 1 chén hành vàng xắt nhỏ
- 6 oz. Nấm sò, thái lát
- 1 ½ muỗng cà phê tỏi băm
- ½ chén cần tây xắt nhỏ
- 8 oz. Nấm khác (Maitake, crimini...)
- 6 c. nước luộc gà/rau
- ¼ muỗng cà phê ớt cayenne (đỏ)
- ½ thìa cà phê tiêu đen
- 1/3 c. rượu mạnh
- 2 muỗng cà phê lá húng tây tươi
- 1 ½ c. kem béo

Hướng:

a) Trong một cái nồi lớn, làm tan chảy bơ trên lửa vừa. Thêm hành tây, cần tây và ớt cayenne và nấu cho đến khi mềm, khoảng 4 phút. Thêm tỏi, nấu 30 giây.

b) Thêm nấm, cỏ xạ hương, muối/tiêu và nấu cho đến khi nấm bắt đầu chuyển sang màu nâu, khoảng 7 phút. Thêm rượu mạnh, đun sôi và nấu cho đến khi tráng men, khoảng 2 phút. Thêm nước dùng và đun sôi trở lại. Giảm nhiệt xuống mức trung bình thấp và đun nhỏ lửa không đậy nắp, thỉnh thoảng khuấy trong 15 phút. Loại bỏ nhiệt.

c) Thêm kem, đun nhỏ lửa và nấu trong 5 phút. Tắt bếp và nêm nếm gia vị cho vừa ăn.

23. Ngô và Shiitake Fritters

Phục vụ: 1

Thành phần

- 3 bắp ngô
- 1 trứng lớn
- $\frac{1}{4}$ cốc sữa
- 2 oz. nấm đông cô
- $\frac{1}{4}$ chén hành tím thái hạt lựu
- $\frac{3}{4}$ chén bột mì đa dụng
- 1 muỗng cà phê bột nở
- 1 $\frac{1}{2}$ muỗng cà phê muối kosher
- $\frac{1}{2}$ thìa cà phê tiêu
- $\frac{1}{2}$ chén dầu
- Dầu để chiên

Hướng

a) Cắt hạt ngô từ lõi ngô. Thêm một nửa vào máy xay thực phẩm và đặt nửa còn lại sang một bên. Dùng phần cùn của dao để cạo cùi từ lõi ngô cho vào máy xay. Thêm trứng và sữa, sau đó xay nhuyễn cho đến khi tạo thành bột mịn.

b) Đun nóng một ít dầu trong chảo chống dính, sau đó cho nấm đông cô và hành tây vào phi thơm. Chiên cho đến khi có màu nâu nhạt, sau đó thêm ngô còn lại và chiên thêm một phút nữa.

c) Cho ra đĩa và cho vào ngăn đá tủ lạnh trong 5 phút cho đến khi không còn nóng.

d) Trong một bát trộn, trộn đều bột mì đa dụng, bột nở, muối và hạt tiêu. Cho hỗn hợp đã xay nhuyễn vào, sau đó cho hạt ngô và nấm hương từ tủ đông vào.

e) Làm sạch chảo rán và thêm $\frac{1}{2}$ chén dầu. Khi nóng, thêm tám muôi bột và trải đều đến độ dày $\frac{1}{2}$ inch. Chiên cho đến khi vàng mặt dưới, sau đó lật và chiên lại mặt còn lại.

f) Để ráo nước rán trên khăn giấy trước khi ăn.

24. Risotto nấm Shiitake

Máy chủ 4

Thành phần:

- 4 chén nước dùng rau củ
- 1 chén gạo arborio/cơm risotto
- 2 chén nấm shiitake, thái lát
- 1 muỗng canh nước tương
- 1 muỗng canh húng tây tươi, xắt nhỏ
- 1 muỗng canh mùi tây tươi, xắt nhỏ
- $\frac{1}{4}$ chén rượu trắng khô (tùy chọn)
- $\frac{1}{2}$ chén hẹ thái lát mỏng
- Parmesan thuần chay, để phục vụ

Hướng:

a) Trong chảo sâu lòng hoặc chảo đáy rộng, đun nóng một ít dầu trên lửa vừa. Thêm hẹ, sau đó nêm muối và hạt tiêu. Xào cho đến khi có màu nâu, sau đó thêm nấm và nước tương. Nấu cho đến khi nấm shiitake có màu vàng và caramen.

b) Lấy một thìa nấm ra khỏi chảo và đặt sang một bên.

c) Thêm cỏ xạ hương và rau mùi tây, tiếp theo là gạo arborio. Để nấu trong 1 phút, khuấy để gạo không bị dính. Sau đó, thêm rượu trắng khô và nấu cho đến khi hấp thụ gần hết.

d) Thêm một muôi nước dùng rau củ mỗi lần, khuấy thường xuyên. Khi mỗi muôi đầy được hấp thụ, thêm một muôi khác. Tiếp tục cho đến khi cơm arborio được nấu chín.

e) Tắt bếp và khuấy đều parmesan thuần chay.

f) Chia giữa các bát và phủ nấm caramen đã để sẵn lên trên cùng một ít rau mùi tây. Giao banh.

25.   nấm Shiitake nướng

Máy chủ 4

Thành phần

- 4 oz. nấm đông cô bỏ cuống, mũ thái lát
- 12 oz. măng tây, tỉa
- 1 muỗng canh dầu ô liu
- Muối và hạt tiêu cho vừa ăn
- 1 ½ muỗng canh nước tương
- ½ muỗng canh hương thảo khô

Hướng:

a) Làm nóng lò ở nhiệt độ 425°F.

b) Cho tất cả các nguyên liệu vào đĩa chịu nhiệt hoặc khay nướng có lót giấy nướng, đảo đều để dầu và gia vị phủ lên rau củ.

c) Nướng trong 10 phút cho đến khi nấm mềm và măng tây mềm giòn.

d) Phục vụ với một nhúng.

26. Salad Shiitake-lúa mạch ấm áp

Máy chủ 4

Thành phần:

- ¾ chén lúa mạch ngọc trai
- ¼ lb. nấm shiitake, bỏ cuống và mũ thái lát
- 1 củ hẹ, thái hạt lựu
- 1 củ hành đỏ, giảm một nửa
- 4 tép tỏi, băm nhỏ
- Muối và hạt tiêu cho vừa ăn
- 4 muỗng canh men balsamic
- 1 muỗng canh maple syrup hoặc mật ong
- 1 đầu rau diếp lớn, rách
- ¼ chén rau mùi tây, xắt nhỏ
- ¼ chén nhánh thì là, xắt nhỏ

Hướng:

a) Cho lúa mạch, hành tím, tỏi và muối vào nồi. Đậy nước khoảng 2 inch, sau đó đun nhỏ lửa cho đến khi ngũ cốc mềm và nước được hấp thụ - khoảng 40 phút.

b) Khi lúa mạch còn khoảng 10 phút, làm nấm giòn. Đun nóng một ít dầu trong chảo rồi cho nấm vào chiên cho đến khi vàng trong khoảng 10 phút. Chuyển sang đĩa có lót giấy ăn cho ráo nước, sau đó rắc muối và tiêu.

c) Trong cùng một chảo, thêm hẹ và nấu cho đến khi vàng. Lấy chảo ra khỏi bếp, sau đó cho xi-rô balsamic và phong vào khuấy đều.

d) Thêm lá rau diếp vào đĩa hoặc bát salad. Thêm nước sốt lúa mạch và balsamic, trộn kỹ. Cho nấm, rau mùi tây và thì là lên trên.

e) Có thể được phục vụ ấm hoặc mát.

27. Shiitake mè giòn và dai

Phục vụ: 2

Thành phần:

- 1 chén cơm trắng
- 2 chén shiitake khô
- ¼ chén bột bắp, cộng thêm
- dầu mè
- ¼ chén nước tương
- 2 muỗng canh đường nâu
- 2 muỗng canh giấm rượu gạo
- 2 tép tỏi, băm nhỏ
- 1 miếng gừng cỡ ngón tay cái, nạo
- 2 muỗng cà phê nước sốt nóng
- 2 củ hành tây, thái lát
- 2 muỗng cà phê hạt mè

Hướng:

a) Thêm nấm vào một cái bát và đậy bằng nước sôi. Ngâm 40 phút cho nở mềm rồi vớt ra để ráo. Dùng khăn vải vắt bớt nước trong nấm, cẩn thận không làm nát nấm. Sau đó, cắt thành lát dày và ném vào bột bắp.

b) Vo gạo cho đến khi nước trong. Điều này loại bỏ tinh bột và sẽ làm cho gạo dính. Nấu theo hướng dẫn gói sau đó để hơi khô.

c) Đun nóng một ít dầu mè trong chảo hoặc chảo rán trên lửa vừa và cao. Khi nấm tỏa sáng, thêm nấm và chiên cho đến khi vàng nâu và không còn bột ngô.

d) Trong khi đó, kết hợp nước tương, đường nâu, giấm gạo, tỏi, nước sốt nóng và gừng trong một cái bát. Đánh đều với nhau, sau đó cho vào nồi nhỏ đun đến khi đặc lại.

e) Thêm nấm vào nước sốt và trộn đều.

f) Chia cơm giữa các bát, phủ nấm lên trên. Thêm hạt vừng và hành lá, sau đó phục vụ.

28. Bí đao & nấm rừng

Năng suất: 2 phần ăn

Thành phần

- 1 quả bí đao; giảm một nửa và gieo hạt
- ½ chén quả nam việt quất khô hoặc quả lý chua
- ¼ chén nước nóng
- 4 muỗng canh Bơ
- 4 ounces' Nấm rừng tươi (như nấm hương); bắt nguồn và cắt nhỏ
- ¼ chén hành tây xắt nhỏ
- 1 muỗng cà phê xô thơm khô
- 1 chén vụn bánh mì nguyên cám

Hướng

a) Làm nóng lò ở nhiệt độ 425#161#F. Đặt mặt bí đã cắt xuống trong đĩa nướng thủy tinh 8x8x2 inch. Đậy chặt đĩa bằng màng bọc thực phẩm. Lò vi sóng ở nhiệt độ cao 10 phút. Đục lỗ nhựa để thoát hơi nước.

b) Khám phá và lật úp hai nửa quả bí đã cắt. Mùa sâu răng với muối và hạt tiêu. Kết hợp quả nam việt quất khô và nước nóng trong bát nhỏ. Đun chảy 3 thìa bơ trong chảo vừa nặng trên lửa vừa. Thêm nấm, hành tây và cây xô thơm và

c) Xào cho đến khi bắt đầu mềm, khoảng 5 phút. Thêm vụn bánh mì và khuấy cho đến khi vụn bánh mì có màu nâu nhạt, khoảng 3 phút.

d) Trộn trong quả nam việt quất với chất lỏng ngâm. Nêm nếm với muối và hạt tiêu. Nhồi nhân vào nửa quả bí. Chấm với bơ còn lại. Nướng cho đến khi nóng qua và giòn trên đầu, khoảng 10 phút.

29. lasagne của nấm hoang dã và kỳ lạ

Năng suất: 9 phần ăn

Thành phần

- 2 muỗng canh dầu ô liu
- 1 củ hành tây lớn; băm nhỏ
- prosciutto di parma 2 ounce; Thái nhỏ
- 2 muỗng canh hẹ băm nhỏ
- 2 muỗng canh tỏi băm
- ½ chén mùi tây thái nhỏ
- 1 pound các loại nấm hoang dã và kỳ lạ
- 2 muỗng canh húng quế xắt nhỏ
- 1 muỗng canh oregano tươi xắt nhỏ
- ⅔ chén rượu trắng khô
- 1½ pound cà chua nghiền đóng hộp; đến 2 cân
- 2 chén phô mai ricotta tươi
- 1 quả trứng

- 2 chén phô mai Parmigiano-Reggiano nạo
- ½ chén phô mai mozzarella nạo
- 1 muối; nếm thử
- 1 hạt tiêu đen mới xay
- tấm mì ống tươi 1 pound cắt lasagnas; những chuyến đi, chần chừ,
- ½ cốc kem nặng
- ¼ cốc sữa
- 8 lá húng quế khô

Hướng

a) Làm nóng lò ở 350 độ. Tra dầu nhẹ vào đĩa nướng hình chữ nhật 13 x 9 inch. Trong một chảo xào lớn, đun nóng dầu ô liu.

b) Khi dầu nóng, Xào hành tây và prosciutto trong khoảng 4 phút hoặc cho đến khi hành tây héo và hơi caramen.

c) Khuấy trong ½ chén rau mùi tây, hẹ tây và nấm. Xào trong 10 phút hoặc cho đến khi nấm có màu nâu vàng. Nêm với muối và hạt tiêu.

d) Khuấy tỏi, húng quế và oregano. Lọc hỗn hợp nấm và giữ lại chất lỏng. Đặt lại chất lỏng vào chảo và giảm cho đến khi chất lỏng tạo thành lớp men, khoảng 5 phút. Thỉnh thoảng cạo hai bên để nới lỏng bất kỳ hạt nào.

e) Thêm rượu vang và làm theo quy trình tương tự. Thêm cà chua và tiếp tục nấu trong 10 phút.

f) Nêm với muối và hạt tiêu. Thêm hỗn hợp nấm vào nước sốt.

g) Trong một bát trộn, kết hợp phô mai Ricotta, trứng, mùi tây còn lại, ½ chén phô mai Parmigiano-Reggiano bào và phô mai Mozzarella.

h) Nêm với muối và hạt tiêu. Để lắp ráp, hãy múc một lượng nhỏ nước sốt vào đáy đĩa nướng. Rắc phô mai Parmesan. Đặt một lớp mì ống lên trên nước sốt. Trải phô mai lên mì ống.

i) Trộn kem với bất kỳ phô mai còn lại.

j) Nêm với muối và hạt tiêu. Đổ lên trên lasagna. Che lasagna. Nướng trong 30 phút có nắp và 10 đến 15 phút không có nắp, hoặc cho đến khi lasagna có màu nâu vàng và cứng lại.

k) Lấy lasagna ra khỏi lò và để yên trong 10 phút trước khi cắt. Đặt một phần lasagna vào giữa đĩa. Trang trí với phô mai bào và lá húng quế chiên.

30. Vịt quay quesadilla nấm rừng

Năng suất: 4 phần ăn

Thành phần

- ½ chén Chân vịt nướng; thịt rút xương từ 2 chân vịt không da
- 1 chén sốt bbq New Mexico
- ½ chén nước dùng gà
- ½ chén mũ nấm shiitake nướng, nướng
- 3 bánh bột mì (6 inch)
- ¼ chén jack Monterey nạo
- ¼ chén phô mai trắng nghiền
- Muối và hạt tiêu mới xay
- ½ chén salsa xoài cay

Hướng

a) Cho chân vào soong và phết nước sốt lên. Đổ nước dùng quanh chân. Đậy nắp và nướng trong 3 giờ ở 300 độ, phết sốt BBQ cứ sau 30 phút. Để nguội, vớt thịt vịt ra.

b) Chuẩn bị một ngọn lửa củi hoặc than và để nó cháy thành than hồng.

c) Đặt 2 bánh tortillas trên bề mặt làm việc. Trải một nửa số phô mai, thịt vịt và nấm lên mỗi loại và nêm muối và hạt tiêu cho vừa ăn. Xếp 2 lớp, phủ phần bánh tortilla còn lại lên, phết 1 thìa dầu ăn và rắc đều bột ớt. Có thể được chuẩn bị trước cho đến thời điểm này và làm lạnh. Nướng trong 3 phút mỗi bên, hoặc cho đến khi bánh ngô hơi giòn và phô mai tan chảy.

d) Cắt làm tư và phục vụ nóng, trang trí với salsa.

31.   Bánh mì nhân nấm rừng

Năng suất: 4 phần ăn

Thành phần

- 4 Bánh mì trắng tròn, chất lượng tốt
- 2 tép tỏi lớn, bóc vỏ và cắt đôi
- 50 ml (2 oz.) dầu ô liu
- 200 gram (7 oz.) nấm dại
- 25 gam (1 oz.) bơ không ướp muối
- 50 ml (2 oz.) nước pha với 1 1/2 muỗng cà phê nước cốt chanh
- Muối và hạt tiêu đen mới xay
- 1 muỗng cà phê Rau mùi tươi, xắt nhỏ [thảo mộc từ họ cà rốt]
- Vài lá ngải cứu, chần qua nước sôi vài giây rồi thái nhỏ
- 1 muỗng cà phê mùi tây tươi xắt nhỏ
- 50 ml (2 oz.) kem đánh bông, đánh bông

Hướng

a) Làm nóng lò nướng ở nhiệt độ 180'C / 350'F / ga 4. Lấy từng cuộn bánh mì và cắt phần trên khoảng 1/3 chiều dài xuống. Múc ra bên trong mềm. Chà xát mặt trong của phần rỗng và mặt trên của "nắp" bằng tỏi, sau đó quét dầu ô liu lên các bề mặt tương tự. Cho vào lò nướng đã làm nóng trước để sấy khô và giòn trong 10 phút.

b) Xào nấm dại trong bơ trong 1 phút. Thêm nước và nước cốt chanh và nấu thêm một phút nữa với trẻ nhỏ. Hương vị và nêm muối và hạt tiêu, sau đó dự trữ. Thêm các loại thảo mộc xắt nhỏ vào kem, sau đó nếm và nêm muối và hạt tiêu.

c) Ngay trước khi phục vụ, đánh kem tươi vào nấm và nước ép của chúng. Chia nấm vào giữa các phần rỗng trong mỗi cuộn bánh mì và múc nước sốt lên trên và xung quanh. Top với "nắp" và phục vụ.

32.   Cá bơn với nấm và rau muống

Năng suất: 4 phần ăn

Thành phần

- ¼ cốc nước cốt chanh tươi
- 1 muỗng canh nước tương ít natri
- 2 tép tỏi; băm nhỏ
- 2 muỗng cà phê dầu đậu phộng
- 2 muỗng cà phê nước dùng gà
- 1 muỗng cà phê Hành lá; băm nhỏ
- ¼ muỗng cà phê hạt tiêu đỏ
- 4 miếng phi lê cá bơn; khoảng 5 oz. mỗi cái, dày 1"
- 1 chén Nấm hoang dã bạn chọn cắt thành từng miếng
- 2 muỗng canh nước dùng gà
- 1 muỗng canh hẹ; băm nhỏ
- 2 tép tỏi; băm nhỏ
- 2 bó Rau bina; làm sạch và cắt tỉa
- Tiêu

Hướng

a) Kết hợp 7 thành phần cá bơn đầu tiên trong một bát nhỏ. Đặt cá bơn trong một món nướng. Đổ nước xốt lên cá bơn và để tủ lạnh trong 1 giờ. Đun sôi nước dùng, hẹ và tỏi trong một cái chảo lớn, nặng ở nhiệt độ cao. Thêm rau bina; đậy nắp và nấu cho đến khi rau bina vừa héo, khoảng 2 phút. Loại bỏ nhiệt. Nêm với muối và hạt tiêu. Che và giữ ấm.

b) Trong khi đó, làm nóng trước gà thịt. Chuyển cá bơn sang chảo gà thịt; ướp dự trữ. Nướng cá bơn cho đến khi mặt trên mờ đục, khoảng 3 phút.

c) Lật cá bơn lại và thêm nấm vào chảo gà thịt. Tiếp tục nướng cho đến khi cá bơn vừa chín tới và nấm mềm, khoảng 3 phút.

d) Đun sôi nước xốt dành riêng trong một cái chảo nhỏ nặng. Xả rau bina, nếu cần, và chia thành 4 đĩa. Top với cá bơn.

e) Đổ nước xốt lên, trang trí với nấm và phục vụ.

33.   Kem nấm & gạo hoang dã

Năng suất: 1 phần ăn

Thành phần

- 7 muỗng canh Bơ (chia); (7/8 gậy)
- 4 muỗng canh Bột mì đa dụng
- 1 ly Sữa nóng; (hớt váng hoặc 2%)
- 2 chén Nước kho rau củ; (chia)
- ½ chén Hành tây thái lát; (chia)
- ½ thìa ớt bột
- ½ muỗng cà phê Nhục đậu khấu; (về) (chia)
- 3 chén Nấm thái lát; (chia) (thái lát mỏng)
- 1 lá nguyệt quế
- ¼ chén cần tây xắt nhỏ
- 4 tép nguyên con
- 1 chén cơm nóng; (làm theo hướng dẫn gói)
- 1 muỗng canh rau mùi tây xắt nhỏ
- ¼ chén rượu trắng khô
- Muối và tiêu; nếm thử

Hướng

a) Đun chảy 4 muỗng canh bơ trong chảo lớn trên lửa nhỏ. Thêm bột và nấu 3 phút, khuấy liên tục. Từ từ khuấy sữa nóng và 1 cốc nước dùng. Nấu nước sốt trên lửa nhỏ, khuấy liên tục bằng thìa gỗ cho đến khi mịn, khoảng 15 phút. Trong một cái chảo khác, đun chảy 1 thìa bơ còn lại. Thêm $\frac{1}{4}$ chén hành tây, ớt bột và $\frac{1}{8}$ muỗng cà phê hạt nhục đậu khấu và nấu trong 2 phút. Thêm vào hỗn hợp đầu tiên và khuấy để kết hợp.

b) Cũng trong chảo đó, Xào 2 chén nấm thái lát trong 2 muỗng canh bơ còn lại. Thêm lá nguyệt quế, $\frac{1}{4}$ chén hành tây thái lát còn lại, cần tây xắt nhỏ, đinh hương và 1 chén nước dùng còn lại. Đậy nắp và nấu lửa vừa trong 10 phút.

c) Xay hỗn hợp trong máy xay sinh tố hoặc máy xay thực phẩm cho đến khi mịn, khoảng 1 phút.

d) Lọc cả hỗn hợp nấm/cần tây qua rây mịn và hỗn hợp bột/sữa qua một cái chao. Bỏ miếng rau.

e) Cho cả hai hỗn hợp vào chảo lớn và kết hợp. Nấu 5 phút trên lửa nhỏ, khuấy cho đến khi hỗn hợp mịn.

f) Cho gạo vào khuấy đều, còn lại 1 chén nấm thái lát, rau mùi tây và rượu. Thêm muối và hạt tiêu, nếu muốn. Loại bỏ lá nguyệt quế, rắc hạt nhục đậu khấu nếu muốn và phục vụ. Làm cho 6 đến 7 phần ăn.

34. Súp gà nấm và bánh bao matzo

Năng suất: 1 phần ăn

Thành phần

- 1 muỗng canh Dầu thực vật
- 1 con gà 3 cân; cắt thành miếng
- 2 củ hành tây lớn; cắt thành miếng 1-inch
- 12 cốc) nước
- 3 cọng cần tây; cắt thành miếng 1-inch
- 3 nhánh mùi tây tươi
- 2 Lá nguyệt quế
- 1 ounce Nấm shiitake khô
- 2 cốc Nước nóng
- ⅓ chén Mỡ gà; (dự trữ từ cổ phiếu hoặc mua)
- 4 quả trứng lớn
- 2 muỗng canh hẹ tươi xắt nhỏ
- 1½ muỗng canh ngải giấm tươi băm nhỏ hoặc 1 1/2 muỗng cà phê khô; vỡ vụn
- 1½ muỗng cà phê muối

- $\frac{1}{4}$ muỗng cà phê tiêu
- 1 chén bột matzo không muối
- $3\frac{1}{2}$ lít nước; (14 ly)
- 1 muỗng cà phê ngải giấm tươi băm nhỏ hoặc 1/4 muỗng cà phê khô vụn
- Hẹ tươi thái nhỏ
- 8 phần ăn

Hướng

a) Đối với súp: Đun nóng dầu trong nồi lớn, nặng trên lửa vừa và cao. Thêm thịt gà và hành tây và nấu cho đến khi có màu nâu, khuấy thường xuyên, khoảng 15 phút. Thêm 12 cốc nước, cần tây, mùi tây và lá nguyệt quế. Đun sôi, hớt bọt trên mặt. Giảm nhiệt và đun nhỏ lửa cho đến khi giảm còn 8 cốc, khoảng 5 giờ. Lọc vào bát. Đậy nắp và để trong tủ lạnh cho đến khi chất béo đông lại trên mặt.

b) Loại bỏ chất béo ở dạng súp và dành chất béo cho viên matzo.

c) Đối với Matzo Balls: Cho nấm shiitake vào bát nhỏ. Đổ 2 cốc nước nóng lên trên. Để ngâm cho đến khi mềm, khoảng 30 phút.

d) Tan chảy ⅓ chén nước mỡ gà để nguội. Kết hợp mỡ gà tan chảy, ¼ chén nước ngâm nấm hương (phần còn lại dự trữ), trứng, 2 muỗng canh lá hẹ, 1½ muỗng canh ngải giấm, 1 ½ muỗng cà phê muối và ¼ muỗng cà phê tiêu vào bát vừa và đánh cho hòa quyện. Trộn trong bột matzo. Che và tủ lạnh 3 giờ. (Có thể chuẩn bị trước 1 ngày. Ngâm nấm trong nước ngâm và để trong tủ lạnh.)

e) Đong 3 ½ lít nước vào nồi lớn. Thêm muối và đun sôi. Dùng tay đã làm ẩm, nặn hỗn hợp bột matzo nguội thành những viên tròn 1 inch và cho vào nước sôi. Đậy nắp và đun sôi cho đến khi các viên matzo chín và mềm, khoảng 40 phút. (Để kiểm tra độ chín, lấy 1 viên matzo ra và cắt đôi.) Chuyển các viên matzo ra đĩa, dùng thìa có rãnh.

f) Vớt nấm ra, để ráo nước. Nấm hương thái lát mỏng, bỏ cuống. Kết hợp nước ngâm nấm còn lại, nấm, súp gà và 1 muỗng cà phê ngải giấm tươi trong một cái chảo lớn nặng và đun nhỏ lửa.

g) Nêm nếm với muối và hạt tiêu. Thêm bóng matzo và đun nhỏ lửa cho đến khi nóng qua. múc canh ra bát. Trang trí với hẹ và phục vụ.

35.   Bánh mì nấm thập cẩm

làm cho 2

Thành phần

- 100g nấm đông cô
- 50g nấm kim châm
- 50g nấm sò
- 2 muỗng canh dầu mè
- 1 muỗng canh sả, băm nhỏ
- 1 muỗng cà phê ớt đỏ, xắt nhỏ
- ½ thìa cà phê muối
- 1 muỗng cà phê nước tương
- 2 bánh mì
- 1 muỗng canh bơ đậu phộng
- 8 lát dưa chuột
- 6 nhánh rau mùi, xắt nhỏ
- 1 muỗng cà phê hạt mè, nướng

Hướng

a) Thái nhỏ nấm đông cô và nấm sò, sau đó cắt bỏ rễ nấm kim châm.

b) Trong chảo hoặc chảo, đun nóng dầu ở nhiệt độ trung bình cao, cho sả và ớt vào đảo vài phút cho đến khi sả hơi nâu và có mùi thơm. Thêm tất cả nấm và khuấy đều, sau đó rắc muối. Thêm nước tương và điều chỉnh cho vừa ăn.

c) Để gói bánh mì, hãy chẻ đôi bánh mì baguette theo chiều dọc và loại bỏ một ít nhân bột bên trong bánh mì. Đóng lại, nướng nhẹ bánh mì trên vỉ nướng hoặc trong lò nướng để bên trong ấm và bên ngoài giòn.

d) Phết bơ đậu phộng lên bánh mì, sau đó rải đều nấm lên bánh mì. Xếp các lát dưa chuột lên trên, sau đó rau mùi thái nhỏ và rải lên trên. Rắc vừng lên, sau đó dùng dao nhỏ đẩy nhẹ tất cả các nguyên liệu ra khỏi mép, đậy lại rồi ăn.

36. nấm đông cô nhồi

Máy chủ 4

Thành phần

- 12 cây nấm hương cỡ vừa, làm sạch, bỏ cọng
- Bột mì, để làm bột
- 300g thịt gà băm
- 150g tôm băm
- 3 củ hành tây, thái nhỏ
- 1 muỗng cà phê gừng củ, thái nhỏ
- 1 muỗng canh rượu sake (rượu gạo)
- 1 muỗng canh nước tương
- Dầu ô liu, để chiên
- Muối ăn

cho nước sốt

- 4 muỗng canh nước tương
- 2 muỗng canh mirin (rượu gạo ngọt)
- 1 muỗng canh đường cát
- 1 muỗng canh rượu sake

Hướng:

a) Rắc phần bên trong của shiitake bằng bột mì. Trộn thịt gà, tôm, hành lá, gừng, rượu sake, nước tương và một chút muối, sau đó dùng để lấp đầy khoang của từng cây nấm.

b) Chiên nhẹ nhàng trong 5 phút mỗi mặt trong một ít dầu ô liu, đậy nắp. Khám phá và thêm các thành phần cho nước sốt. Để chúng nóng qua và bay hơi một chút.

c) Phục vụ ba người mỗi người, với một ít nước sốt trên mỗi người.

NẤM ENOKI

37.   Nấm kim châm xào

Phục vụ: 2

Thành phần

- 2x bún yến
- 2 muỗng cà phê mirin
- 1 muỗng canh dầu mè
- 1 củ cà rốt lớn, gọt vỏ thành dải mỏng
- 1 quả ớt chuông đỏ, thái nhỏ
- 1x lon (7oz) măng
- 1 quả ớt đỏ, thái nhỏ và bỏ hạt
- 6 củ hành xanh, thái nhỏ
- 2 tép tỏi, băm nhỏ
- 1 miếng gừng nhỏ, gọt vỏ và nạo
- 2 muỗng canh dấm gạo
- 1 muỗng canh đường
- 1 muỗng cà phê ớt mảnh
- 2 muỗng canh nước tương
- 1 bó nấm kim châm
- 2 quả trứng lớn
- 2 muỗng cà phê hạt mè

Hướng

a) Cho cà rốt đã gọt vỏ vào một cái bát và phủ 1 muỗng canh giấm gạo, đường và ớt. Dùng tay sạch vò giấm vào cà rốt. Đặt sang một bên để làm dưa chua nhanh.

b) Nấu tổ phở theo hướng dẫn trên gói, sau đó để ráo nước và để cho hơi khô trong một cái chao.

c) Đun nóng chảo (hoặc chảo rán nếu bạn không có) trên lửa vừa và cao và thêm dầu mè. Xoay chảo xung quanh để tráng đáy và hai bên. Khi nóng, thêm ớt chuông, măng và cà rốt ngâm. Nấu rau trong khoảng 4 phút, khuấy liên tục cho đến khi rau mềm.

d) Thêm nấm kim châm, tỏi và gừng và nấu thêm một phút nữa cho đến khi tỏi có mùi thơm. Thêm mì, sau đó đổ phần giấm gạo còn lại và tất cả nước tương vào. Giảm nhiệt xuống thấp và quăng.

e) Trong khi đó, đun nóng một chút dầu ăn nhẹ trong chảo chống dính lớn và chiên hai quả trứng. Khi đã hoàn thành kết cấu mong muốn của bạn, hãy chia mì xào giữa các bát và phủ một quả trứng lên trên mỗi bát.

f) Rắc hành lá thái nhỏ và hạt mè lên trên và phục vụ. Nếu muốn, bạn cũng có thể thêm một ít nước cốt chanh.

38. Nấm kim châm xào

Máy chủ 4

Thành phần

- 8oz nấm kim châm
- 2 muỗng canh dầu mè
- 1 muỗng canh nước tương
- 2 tép tỏi, băm nhuyễn
- 4 củ hành xanh, bỏ phần trắng và thái nhỏ phần xanh

Hướng

a) Loại bỏ phần dưới của thân cây enoki. Rửa sạch chúng và lau khô bằng giấy ăn.

b) Đun nóng dầu mè trên lửa vừa và cao trong chảo hoặc chảo Sauté. Thêm nấm khi dầu rất nóng và Xào trong khoảng 1-2 phút. Tiếp tục tung chúng lên không trung cứ sau 10-20 giây để lật và nấu chín đều các mặt.

c) Vặn nhỏ lửa, thêm tỏi và nấu thêm 30 giây nữa.

d) Thêm nước tương và lấy chảo ra khỏi bếp. Phục vụ ngay lập tức và trên cùng với hành lá thái lát.

39. Súp nấm kim châm

Phục vụ: 2

Thành phần

- ½ lb. nấm kim châm, bỏ rễ
- 3 tép tỏi, băm nhỏ
- 2 muỗng canh nước sốt cà chua
- 2 muỗng canh miso
- 1 quả ớt Thái, thái nhỏ
- 1 muỗng canh dầu mè
- ½ chén nước luộc rau
- Bó rau mùi tươi, đại khái xắt nhỏ

Hướng

a) Đầu tiên, đun nóng dầu mè trong nồi trên lửa vừa và cao. Thêm tỏi băm nhỏ và xào nhẹ cho đến khi có mùi thơm; cẩn thận không để đốt cháy nó.

b) Khuấy sốt cà chua cho đến khi dầu ở đáy bắt đầu chuyển sang màu đỏ. Sau đó, đổ nước luộc rau vào. Thêm bột miso đỏ và khuấy để kết hợp.

c) Rắc nấm enoki và nấu trong 1-2 phút cho đến khi mềm.

d) Dùng muôi múc canh ra các bát. Rắc hành ngò và vài miếng ớt lên trên. Tùy chọn, thêm một giọt dầu mè khác.

40. Masala nấm Enoki

Máy chủ 4

Thành phần

- 1lb nấm kim châm (khoảng 4 cụm)
- 1 ớt chuông xanh, thái hạt lựu
- 1 củ hành tây lớn, thái hạt lựu
- 4 tép tỏi, băm nhỏ
- 1 inch gừng, nạo
- 1 quả ớt, thái lát mỏng
- 1 lon cà chua xắt nhỏ
- 1 muỗng cà phê đường
- 1 muỗng canh bơ hoặc ghee
- Rau mùi tươi, đại khái xắt nhỏ

Đối với bột cà ri

- 1 muỗng cà phê hạt thì là
- 1 muỗng cà phê hạt rau mùi
- 3 quả bạch đậu khấu
- thanh quế 1 inch
- $\frac{1}{2}$ muỗng cà phê hạt tiêu đen
- 1 muỗng cà phê bột ớt xay
- 1 muỗng cà phê bột nghệ

Hướng

a) Để làm bột cà ri, cho hạt thì là, hạt rau mùi, vỏ bạch đậu khấu, thanh quế và hạt tiêu vào chảo chiên khô trên lửa vừa. Nướng sơ qua cho thơm nhưng đừng để cháy khét sẽ bị đắng. Khi có mùi thơm, chuyển sang máy xay thực phẩm hoặc chày và cối và nghiền/vỗ thành bột mịn. Sau đó, cho ớt và bột nghệ vào khuấy đều.

b) Chuẩn bị bất kỳ loại gạo nào bạn đang sử dụng theo Hướng dẫn gói.

c) Đun nóng chảo đáy phẳng trên lửa vừa, thêm bơ hoặc ghee. Khi tan chảy, thêm hành tây thái hạt lựu. Nấu cho đến khi mềm và thơm, tốt nhất là với một chút muối. Sau đó, thêm tỏi, gừng và ớt chuông, rồi xào thêm một phút nữa.

d) Cho bột gia vị vào và chiên thêm một phút nữa. Thêm một giọt nước nếu nó dính vào đáy.

e) Thêm lon cà chua xắt nhỏ, sau đó đổ đầy nước đến nửa lon và thêm vào chảo. Khuấy đường và nấm, sau đó đun sôi, giảm nhỏ lửa và nấu trong 30 phút hoặc cho đến khi nước sốt đặc lại.

f) Dọn cơm lên trên, phủ cà ri với rau mùi tươi.

41. Nấm Enoki với đậu phụ

Phục vụ: 3

Thành phần

- 17oz (500g) đậu hũ cứng dạng khối, ép
- 5 oz. nấm kim châm
- 2 củ hành lá, thái lát, tách riêng phần trắng và xanh
- ¼ chén nước tương
- 1 muỗng canh mirin
- 2 muỗng canh dấm gạo
- 2 muỗng canh dầu mè
- 1 ½ muỗng canh gochujang
- 2 tép tỏi, băm nhỏ
- 1 muỗng canh đường
- 1 ½ chén cơm
- 1 muỗng canh hạt mè

Hướng

a) Trong một cái bát, trộn phần trắng của hành lá với nước tương, mirin, dầu mè, giấm gạo, gochujang, tỏi và đường. Đổ thêm $\frac{1}{2}$ cốc nước vào và khuấy đều cho đến khi bột gochujang tan hết.

b) Cắt đậu phụ thành miếng dày $\frac{1}{2}$ inch. Hình vuông hoặc hình chữ nhật đều hoạt động.

c) Làm nóng chảo chống dính có đáy dày, sâu lòng trên lửa vừa và tráng đáy bằng dầu thực vật. Khi nóng, thêm đậu phụ. Chiên các miếng đậu phụ trong khoảng 5 phút mỗi bên cho đến khi có màu vàng nâu. Bạn có thể cần phải làm việc theo đợt.

d) Thêm nấm enoki vào chảo. Giữ nhiệt ở mức trung bình cao và đổ nước sốt vào. Khi nó sôi, giảm nhiệt.

e) Dùng thìa tiếp tục múc nước sốt lên trên miếng đậu phụ. Nấu thêm 5 phút để nước sốt thấm và nấm chín.

f) Dọn cơm lên trên và rắc phần hành lá và vừng lên trên. Để thêm hấp dẫn, hãy thêm một ít kim chi tự làm.

42. súp kim châm

Năng suất: 4 phần ăn

Nguyên liệu

- 4 chén nước dùng thịt bò ít natri
- 1 củ cà rốt nhỏ, thái lát mỏng
- 1 nhánh bên trong của cần tây,
- Băm nhỏ
- ½ kỳ nghỉ phép nhỏ
- 1 thìa bạc hà khô
- 1 muỗng canh Đường
- 2 chén Rượu vang đỏ
- 1 lít dâu tây rất chín
- có vỏ
- 16 Nấm kim châm, cắt tỉa và rửa sạch

Hướng:

a) Trong một cái chảo, kết hợp bảy thành phần đầu tiên. Đun sôi, sau đó đun nhỏ lửa, đậy nắp một phần trong 20 phút. Để nguội và lọc nước dùng, loại bỏ rau. Trong một bộ xử lý thực phẩm, kết hợp dâu tây và một cốc nước dùng. nhuyễn.

b) Trộn nhuyễn với phần nước dùng còn lại. Thư giãn hai giờ. Nổi bốn cây nấm trong mỗi bát.

43. Canh cá nấm kim châm

Năng suất: 10 phần ăn

Nguyên liệu

- 4 pound Đầu và xương cá trắng
- Chẳng hạn như để; cá bơn, cá hồng hoặc cá vược
- 1 củ hành vừa; cắt thành khối
- ½ đầu thì là; cắt thành khối
- 2 củ Cà rốt; cắt thành khối
- 2 nhánh cần tây; cắt thành khối
- 2 muỗng canh bơ không ướp muối
- 10 nhánh sả tươi
- 1 chén rượu Sake
- 1 miếng gừng - (1"); gọt vỏ, thái lát
- mỏng
- 5 nhánh rau mùi tây phẳng
- 5 nhánh rau mùi tươi
- Thêm lá ngò; Đối với Trang trí

- 10 hạt tiêu đen nguyên hạt
- 1¾ pound chân cua hoàng đế; loại bỏ vỏ,
- Cắt thành miếng 1/2"
- 7 lạng nấm kim châm;
- bao gồm mũ
- Muối ăn; nếm thử

Hướng:

a) Cho hành tây, thì là, cà rốt và cần tây vào máy xay thực phẩm; xung cho đến khi mịn vừa. Trên lửa vừa, đun chảy bơ trong nồi kho 12 lít. Thêm rau đã chế biến và nấu, thỉnh thoảng khuấy, cho đến khi mềm, từ 8 đến 10 phút.

b) Cắt đôi 6 nhánh sả theo chiều dọc; để qua một bên. Loại bỏ và loại bỏ các lớp cứng bên ngoài của 4 cuống còn lại; cắt thành những lát rất mỏng theo chiều ngang, và đặt sang một bên. Cho đầu và xương cá vào nồi kho; tăng nhiệt lên trung bình cao.

c) Nấu, thỉnh thoảng khuấy, trong 3 đến 5 phút. Thêm rượu sake, gừng, nhánh sả để riêng, rau mùi tây, ngò, hạt tiêu và $2\frac{1}{2}$ lít nước.

d) Giảm nhiệt xuống thấp, hớt bọt nổi lên trên mặt và đun nhỏ lửa trong 25 phút.

e) Loại bỏ nhiệt; để yên trong 10 phút. Đổ qua một cái rây có lót hai lớp vải thưa ẩm; loại bỏ chất rắn. Bỏ qua chất béo. Thêm thịt cua, lát sả để riêng và nấm; Mùa muối.

f) Cho súp trở lại lửa vừa và đun nhỏ lửa trong 10 phút. Đổ súp vào 12 chiếc bình rất nhỏ, chẳng hạn như cốc đựng rượu sake. Trang trí mỗi món bằng một lá rau mùi và phục vụ. Đổ đầy khi cần thiết. Phục vụ từ 10 đến 12.

NẤM HÀU

44.   Sò nhúng nấm

Thành phần

- 1 pound nấm sò tươi, thái nhỏ
- 2 muỗng canh bơ
- 1/2 muỗng cà phê hành tím băm nhuyễn
- sốt cay của pha lê
- tiêu đen xay thô
- 1/4 muỗng cà phê hạt nhục đậu khấu
- 1/4 chén kem chua
- Phô mai kem 3 ounce, mềm
- 1 thìa cà phê nước cốt chanh
- 2 muỗng canh sữa

Hướng:

a) Xào nấm trong bơ trong một phút.
b) Thêm hành tây, nước sốt nóng, hạt tiêu và hạt nhục đậu khấu.
c) Với một cái nĩa, nghiền kem phô mai trong một cái bát; khuấy trong kem chua, nước cốt chanh và sữa.
d) Thêm hỗn hợp nấm; trộn đều.
e) Ăn kèm với khoai tây chiên, bánh quy giòn hoặc rau nhúng.
f) Làm 1 cốc.

45. Xà lách Arugula & Nấm Sò

Phục vụ 4 – 6

Thành phần:

- 3 muỗng canh dầu ô liu siêu nguyên chất
- 1/2 pound nấm sò, thái lát dày
- Muối và hạt tiêu mới xay
- 2 muỗng canh giấm balsamic
- 1/2 muỗng cà phê vỏ chanh bào mịn
- 2 nhánh cần tây bên trong, cắt thành que diêm, cộng với lá cần tây thái sợi, để trang trí
- 5 chén rau arugula bé
- 3 ounces Pecorino Romano hoặc phô mai sắc nét khác, cạo bằng dụng cụ gọt vỏ rau củ
- 3 ounce prosciutto di Parma cắt lát mỏng

Hướng:

a) Trong một cái chảo không dính lớn, đun nóng 1 muỗng canh dầu ô liu. Thêm nấm và nêm muối và hạt tiêu.

b) Nấu trên lửa vừa phải, thỉnh thoảng khuấy, cho đến khi mềm và có màu nâu nhạt, khoảng 6 phút. Chuyển nấm vào một cái bát và để nguội.

c) Trong một bát lớn, trộn giấm với vỏ chanh và 2 thìa dầu ô liu còn lại. Nêm với muối và hạt tiêu. Thêm que diêm cần tây, rau arugula và nấm và nhẹ nhàng đảo đều.

d) Cho salad ra đĩa hoặc tô lớn, rắc Pecorino Romano, prosciutto và lá cần tây lên trên. Phục vụ ngay.

46.   Pasta với nấm và Gremolata

Thành phần

- 2 tép tỏi to, băm nhuyễn
- 1/2 chén mùi tây lá phẳng băm nhỏ
- 1 muỗng canh vỏ chanh thái nhỏ
- 2 muỗng canh dầu ô liu nguyên chất
- 1 pound nấm sò tươi, cắt tỉa
- muối để hương vị
- 2 muỗng canh rượu trắng khô
- Hạt tiêu vừa mới nghiền
- 12 ounces 'fettuccini hoặc farfalle
- 1/4 đến 1/2 chén nước nấu mì ống, tùy khẩu vị
- 1/4 đến 1/2 cốc Parmesan mới xay

Hướng:

a) Để làm món Gremolata, hãy cho tỏi băm nhỏ, rau mùi tây và vỏ chanh vào một cái gò và băm nhỏ chúng lại với nhau. Để qua một bên.

b) Bắt đầu đun nóng một nồi nước lớn để nấu mì ống. Trong khi đó, đun nóng chảo lớn, nặng hoặc chảo trên lửa vừa và cao. Thêm 1 muỗng canh dầu ô liu và khi nó nóng, thêm nấm.

c) Xào nấm, khuấy bằng thìa gỗ hoặc cho vào chảo cho đến khi chúng có màu nâu nhạt và bắt đầu đổ mồ hôi. Thêm muối và rượu trắng và tiếp tục nấu, khuấy hoặc đảo nấm trong chảo, cho đến khi rượu vừa bay hơi hết và nấm se lại, khoảng 5 phút.

d) Thêm thìa dầu còn lại và Gremolata và hạt tiêu. Nấu, khuấy, cho đến khi có mùi thơm, khoảng 1 phút nữa. Hương vị và điều chỉnh muối. Giữ ấm hỗn hợp trong khi bạn nấu mì ống.

e) Khi nước sôi lăn tăn, thêm muối và thêm mì ống. Nấu al dente, làm theo Hướng dẫn về thời gian trên bao bì. Trước khi để ráo nước, loại bỏ 1/2 cốc nước nấu mì ống. Thêm 1/4 cốc vào nấm và khuấy đều.

f) Để ráo mì ống và trộn với nấm trong một bát mì ống lớn hoặc trong chảo. Nếu nó có vẻ khô, hãy thêm 2 đến 4 muỗng canh nước nấu dành riêng. Ăn kèm với phô mai Parmesan nếu muốn.

47. Hỗn hợp bông cải xanh-nấm

Năng suất: 6 phần ăn

Thành phần

- 1-1/2 pound bông cải xanh tươi, cắt thành hoa nhỏ
- 1 thìa cà phê nước cốt chanh
- 1 muỗng cà phê muối, tùy chọn
- 1 muỗng cà phê đường
- 1 muỗng cà phê bột bắp
- 1/4 muỗng cà phê hạt nhục đậu khấu
- 1 pound nấm sò tươi, thái nhỏ
- 1 củ hành vừa, thái thành vòng
- 1 đến 2 tép tỏi, băm nhỏ
- 3 muỗng canh dầu ô liu

Hướng:

a) Hấp bông cải xanh trong 1-2 phút hoặc cho đến khi mềm giòn.
b) Rửa sạch trong nước lạnh và đặt sang một bên.
c) Trong một cái bát, trộn nước cốt chanh, muối nếu muốn, đường, bột bắp và nhục đậu khấu; để qua một bên.
d) Trong chảo lớn hoặc chảo trên lửa lớn, xào nấm, hành tây và tỏi trong dầu trong 3 phút. Thêm bông cải xanh và hỗn hợp nước cốt chanh; xào trong 1-2 phút. Phục vụ ngay lập tức.

48. Ganganelli xanh với nấm sò

Năng suất: 1 phần ăn

Thành phần:

- Mì xanh tươi, cán mỏng nhất, trên máy
- 4 muỗng canh dầu ô liu nguyên chất
- 1 củ hành đỏ vừa, xúc xắc 1/8"
- 3 muỗng canh Lá hương thảo tươi, xắt nhỏ
- 1 pound nấm sò tươi, dạng miếng 1/2"
- ½ chén Rượu trắng
- ½ chén sốt cà chua cơ bản

Hướng:

a) Đun sôi 6 lít nước và thêm 2 muỗng canh muối.

b) Cắt mì ống thành những hình vuông 2 inch và sau đó quấn chúng quanh một chiếc bút chì để tạo thành những chiếc bút lông nhọn ở đầu. Để qua một bên.

c) Trong chảo Sauté 12 đến 14 inch, đun nóng dầu cho đến khi bốc khói. Thêm hành tây và hương thảo và nấu cho đến khi mềm và thơm, khoảng 6 đến 7 phút.

d) Thêm nấm và nấu cho đến khi héo, 3 đến 4 phút. Thêm rượu vang trắng và nước sốt cà chua và đun sôi. Hạ nhiệt và đun nhỏ lửa trong 5 đến 6 phút.

e) Trong khi đó, thả mì ống vào nước và nấu cho đến khi mềm, từ 8 đến 11 phút. Xả mì ống và thêm vào chảo với nấm. Tung ra áo khoác và phục vụ ngay lập tức.

49. Nấm sò hấp thuốc bắc

Năng suất: 4 phần ăn

Thành phần:

- 1 pound nấm sò
- ¼ chén dầu ô liu
- 1 muối; nếm thử
- 1 hạt tiêu đen mới xay; nếm thử
- 5 nhánh húng tây
- 5 nhánh hương thảo
- 5 nhánh cây xô thơm
- 5 nhánh mùi tây
- 10 tép tỏi
- 2 chén rượu trắng
- 4 lá radicchio cho cốc
- dấm thảo mộc

Hướng:

a) Trong một cái bát trộn nấm với dầu, muối và hạt tiêu.

b) Sử dụng mặt sau của con dao của bạn, nhẹ nhàng đập dập các loại thảo mộc và đặt chúng vào đáy chảo sâu lòng. Đập dập tỏi bằng mặt phẳng của con dao, đặt xung quanh các loại rau thơm. Đổ rượu lên các loại thảo mộc và tỏi. Đặt một cái chảo hấp vào chảo Sauté sâu.

c) Đổ một lớp nấm đều vào đáy nồi hấp.

d) Đậy kín toàn bộ chảo bằng giấy bạc. Đặt trên lửa vừa và hấp trong 10 phút. Đặt cốc radicchio lên đĩa phục vụ.

e) Cẩn thận loại bỏ nấm và đặt trong cốc radicchio. Rưới Herb Vinaigrette và dùng.

50. Mì ống sốt nấm sò

Năng suất: 4 phần ăn

Thành phần:

- 2 chén nấm sò; (khoảng 1/4 lb.)
- 1 muỗng canh dầu ô liu
- 1 tép tỏi; băm nhỏ
- ½ muỗng cà phê muối
- 1 lát Nhục đậu khấu tươi xay
- ½ chén nước luộc rau
- ½ chén sốt cà chua
- ½ cốc sữa ít béo
- 2 muỗng canh mùi tây tươi băm nhỏ
- ¾ cân Linguine
- ¼ chén Phô mai Parmesan mới bào; (không bắt buộc)

Hướng:

a) Bạn có thể sử dụng nấm nút thông thường hoặc nhiều loại khác, tùy thuộc vào tinh thần phiêu lưu của bạn. Tuy nhiên, nấm sò mang lại một hương vị rất đặc biệt.

b) Xúc xắc nấm. Đun nóng dầu trong chảo lớn, không dính trên lửa vừa và cao. Thêm nấm và nấu, thỉnh thoảng khuấy, 4 đến 5 phút. Thêm tỏi, muối và hạt nhục đậu khấu và nấu, khuấy trong 1 phút.

c) Thêm nước dùng, nước sốt cà chua và sữa và đun sôi. Giảm nhiệt, đậy nắp và đun nhỏ lửa trong 10 phút hoặc cho đến khi nấm mềm. Khuấy mùi tây và loại bỏ nhiệt.

d) Trong khi nấu nấm, đun sôi một nồi nước lớn. Nấu mì cho đến khi mềm, khoảng 9 đến 11 phút. Làm khô hạn.

e) Cho linguine vào tô đã hâm nóng và phủ sốt nấm lên trên. Thêm Parmesan bào, nếu muốn.

f) Nấm sò có hương vị, màu sắc và kết cấu gợi nhớ đến hải sản.

g) Cắt hạt lựu, những loại nấm này tạo ra một loại nước sốt trông giống như nước sốt nghêu. Đôi khi những người mới học nấu ăn chay thích ăn những món trông quen quen.

51. Cháo hàu nấm

Năng suất: 6 phần ăn

Thành phần:

- 1 lít Hàu
- 1 chén rượu hàu
- 3 muỗng canh Bơ
- 1 muỗng canh bột mì
- 1 cốc sữa
- ½ cốc kem
- 2 muỗng canh Hẹ, băm nhỏ
- Muối và tiêu
- ½ pound Nấm
- 2 muỗng cà phê Mùi tây, băm nhỏ

Hướng:

a) Đun nóng hàu trong rượu trên lửa nhỏ cho đến khi các cạnh cong lại. Xả, tiết kiệm rượu.

b) Đun chảy 1 muỗng canh bơ, trộn bột mì, thêm sữa dần dần, khuấy liên tục. Đun sôi và nấu 1 phút.

c) Thêm kem, hẹ tây, rau mùi tây, muối và hạt tiêu. Đun nóng nấm trong bơ còn lại cho đến khi nóng nhưng không chuyển sang màu nâu.

d) Kết hợp nấm, hàu và rượu hàu với nước sốt kem. Phục vụ ngay lập tức.

52. nấm sò với linguini

Năng suất: 1 phần ăn

Thành phần:

- 1 củ hành tây nhỏ; thái hạt lựu
- 1 tép tỏi; băm nhỏ
- 50 gram' Rau răm tươi
- 200 gram nấm sò
- 100 ml Nước dùng rau củ - sức mạnh gấp đôi
- 2 Ly rượu trắng
- Dầu ô liu
- 100 gam Nấm rơm; thái hạt lựu
- 100 gram mỳ Ý Linguini
- 2 muỗng canh rượu Brandy
- Muối và tiêu đen xay
- 1 50 ml đậu nành

Hướng:

a) Để làm nước sốt rượu vang trắng, Xào hành tây trong dầu ô liu. Thêm tỏi và sau 1 phút thêm nấm xắt nhỏ. Nấu trong 4 phút cho đến khi không còn chất lỏng được tạo ra. Thêm rượu mạnh và đặt nó xuống. Thêm cổ phiếu và rượu vang và giảm.

b) Trong một chảo khác, Xào nấm sò trong dầu ô liu trong 4 phút. Đun sôi nước muối và nấu linguini. Trong phút nấu ăn cuối cùng, thêm lá tên lửa. Thêm Soya Dream vào nước sốt và đun nóng.

c) Để ráo linguini, thêm một chút dầu ô liu, tiêu xay và bày ra đĩa. Bày nấm sò ra đĩa trong hỗn hợp sốt rượu vang trắng.

53. Nấm sò ngâm sả ớt

Năng suất: 1 phần ăn

Thành phần:

- 6 tép tỏi
- 300 ml dầu ô liu nguyên chất Nam Úc
- 4 khay nấm sò
- 2 quả ớt nhỏ; thái nhỏ
- 4 quả ớt ngọt lớn; hạt và mịn
- ½ muỗng cà phê muối biển
- ½ muỗng cà phê tiêu đen xay thô
- 300 ml giấm Balsamic
- Xào tỏi trong một ít dầu ô liu cho đến khi vàng.

Hướng:

a) Lấy nó ra khỏi chảo và để ráo nước trên khăn giấy.

b) Thêm dầu còn lại và biến nhiệt đến điểm cao nhất. Khi nó rất nóng, thêm tất cả các loại nấm và nấu chúng, khuấy chúng nhẹ nhàng nhưng liên tục cho đến khi chúng có màu nâu vàng.

c) Thêm ớt xắt nhỏ và ớt thái chỉ, muối và hạt tiêu, nấu thêm một phút nữa, sau đó để yên vì đôi khi bắt lửa, thêm giấm.

d) Đảo đều rồi tắt bếp, cho tỏi vào đảo đều.

54. Nấm sò xào

Năng suất: 4 phần ăn

Thành phần:

- 8 ounces' Nấm sò tươi
- 1 muỗng canh Tỏi, băm nhỏ
- 2 muỗng cà phê dầu ô liu
- 1 muỗng cà phê hương thảo, băm nhỏ
- 1 muỗng cà phê Margarine, tùy chọn
- 2 muỗng cà phê Bột mì đa dụng
- 1 muỗng cà phê Sherry
- 1 muỗng canh Tamari

Hướng:

a) Nhẹ nhàng rửa sạch và lau khô nấm. Cắt thành một kích thước thống nhất và đặt sang một bên.

b) Xào tỏi trong dầu trên lửa vừa trong 15 đến 20 giây. Thêm nấm & Xào trong 3 phút.

c) Thêm hương thảo & bơ thực vật và nấu cho đến khi bơ thực vật tan chảy, khoảng 30 giây. Rắc bột và nấu, khuấy liên tục.

d) Thêm các thành phần còn lại và khuấy cho đến khi chất lỏng hơi đặc lại & ^ nấm mềm. Khoảng 4 phút.

55. Sò điệp biển & nấm sò

Năng suất: 1 phần ăn

Thành phần:

- ¼ chén hẹ; thái hạt lựu
- ½ muỗng canh tỏi băm
- ¼ chén gừng băm nhỏ
- ½ muỗng canh sốt tỏi ớt Thái Lan
- 1 chén giấm Balsamic
- ¾ chén nước tương
- 1½ chén dầu ô liu
- ½ chén dầu đậu nành
- 1 cân nấm sò; xuất phát
- 1 pound Rau mồng tơi
- ½ chén gừng băm
- 1 muỗng canh tỏi băm
- 2½ muỗng canh Yuzu
- 3 ounce nước ép Yuzu

- ¼ chén nước tương
- ½ chén giấm gạo
- 2 muỗng canh Giấm gạo
- 2 muỗng canh Giấm rượu trắng
- ¾ chén dầu hạt nho
- 30 10 sò biển
- 6 ounces' Bơ ngọt

Hướng:

a) Đánh đều hẹ, tỏi, gừng, sốt tỏi ớt, giấm balsamic và nước tương trong một cái bát. Thêm dầu ô liu từ từ nhưng không nhũ hóa.

b) Salad cải bó xôi và nấm hàu: Đun nóng chảo trên lửa lớn cho đến khi bốc khói.

c) Cho dầu đậu nành vào trước, sau đó cho nấm sò vào, xào khoảng 2 phút hoặc cho đến khi có màu vàng nâu.

d) Lấy nấm ra khỏi chảo lên khay nướng và trải thành một lớp.

e) Rưới khoảng ½ chén giấm balsamic đậu nành lên nấm và để ướp trong 15 phút (có thể thực hiện trước 6 giờ).

f) Đặt sang một bên và trộn sau đó cùng với rau bina và giấm bổ sung.

g) SỐT ỚT CiTRUS: Cho gừng, tỏi, yuzu kosho, yuzu, đậu nành, giấm gạo và giấm rượu vang trắng vào máy xay sinh tố, bật tốc độ trung bình và cho từ từ dầu hạt nho vào. Các vinaigrette nên được nhũ hóa.

h) Đun nóng chảo nặng trên lửa lớn.

i) Nêm sò điệp với muối và hạt tiêu ở cả hai mặt và phết bơ mềm.

j) Đặt sò điệp vào chảo nóng và áp chảo cho đến khi có màu vàng nâu ở cả hai mặt, khoảng $1\frac{1}{2}$ đến 2 phút cho mỗi mặt), khẩu phần bạn muốn là loại vừa.

k) Cho rau bina non, nấm và nước sốt đậu nành, cuối cùng nêm gia vị và cho salad vào giữa đĩa.

l) Cắt sò điệp theo chiều ngang và xếp xung quanh món salad.

m) Rưới một lượng Dấm Citrus Chili mong muốn lên sò điệp

56.   Cá hồi sốt shitaki & nấm sò

Năng suất: 1 phần ăn

Thành phần:

- 1 quả 400 g; (14oz) cá hồi nguyên con
- 200 gam' Nấm sò tươi; (7oz)
- 200 gam' Nấm đông cô tươi; (7oz)
- 120 gam Bơ; (4 1/4oz)
- húng tây tươi
- 3 đầu tỏi tươi
- 2 quả chanh
- Rau mùi tây phẳng tươi xắt nhỏ
- Muối và tiêu

Hướng:

a) Bóc một nửa số tỏi và chần hai lần trong nước sôi khoảng 3 phút mỗi lần. Cho nấm và tỏi vào đĩa chịu nhiệt và nêm gia vị vừa ăn.

b) Thêm cỏ xạ hương tươi và một nửa bơ lên trên. Cho vào lò nướng đã làm nóng trước ở nhiệt độ 200ºC/400ºF/khí gas 6 trong khoảng 20 phút.

c) Trong khi nấu, chuẩn bị cá hồi và rạch da rồi đặt lên một món ăn khác có thể chịu được lò nướng. Thêm bơ, cỏ xạ hương, chanh và tỏi còn lại và nêm vừa ăn.

d) Cho vào lò nướng và nướng cùng lò với nấm. Nêm hai món ăn trong khi nấu, lấy ra khỏi lò và thêm rau mùi tây xắt nhỏ vào nấm và phục vụ.

57. Canh gừng nấm sò

Năng suất: 6 phần ăn

Thành phần:

- 6 chén Nước dùng gà; ít chất béo, ít natri
- 1 muỗng cà phê dầu mè
- 1 chén nấm sò tươi; hoặc nấm đông cô
- 1 chén nấm trắng thái lát
- 2 tép tỏi; băm nhỏ
- 2 muỗng canh Hành lá băm nhỏ
- 1 muỗng canh gừng băm
- Tiêu trắng xay tươi

Hướng:

a) Đun nóng ½ chén nước dùng và dầu trong nồi trên lửa lớn. Thêm cả hai loại nấm và xào, trong 5 phút.

b) Thêm tỏi và xào, trong 1 phút.

c) Thêm hành lá, nước dùng còn lại và gừng. Đun nhỏ lửa trong 15 phút.

d) Rắc tiêu trắng xay tươi và phục vụ.

58. Canh cải xoong nấm sò

Năng suất: 1 phần ăn

Thành phần:

- 1 củ hành vừa

- 30 gram bơ lạt

- 250 gram nấm sò

- 420 ml Nước dùng rau củ

- 2 bó cải xoong

- 2 muỗng canh Madeira

- 420 ml Kem đôi

- Muối và tiêu đen xay

Thành phần:

a) Gọt vỏ và thái nhỏ hành tây. Đun chảy một nửa bơ trong chảo lớn, thêm hành tây và chiên cho đến khi mềm. Thái nhỏ nấm. Thêm một nửa hành tây vào chảo và nấu cho đến khi mềm. Đổ nước dùng vào nồi và đun sôi.

b) Rửa và cắt cải xoong. Dự trữ một vài lá để trang trí. Cho cải xoong vào nước sôi và để trong khoảng 30 giây, cho đến khi mềm và có màu xanh ngọc lục bảo. Lấy chảo ra khỏi bếp.

c) Xay nhuyễn súp ngay trong máy xay sinh tố hoặc máy xay thực phẩm để có màu xanh tươi. Rửa sạch chảo. Cho súp trở lại chảo, lọc qua rây.

d) Đun chảy phần bơ còn lại trong một cái chảo nhỏ và xào nấm băm nhỏ còn lại.

e) Thêm Madeira vào chảo và giảm chất lỏng để bay hơi. Thêm kem và đun sôi. Giảm một lần nữa để kem đặc lại và hơi caramen, tạo hương vị hạt dẻ.

f) Khuấy kem caramen vào cải xoong xay nhuyễn và đun nóng nhẹ. Nêm nếm với muối và hạt tiêu. Trang trí với lá cải xoong dành riêng trước khi phục vụ.

NẤM NẤM THỤY SỸ

59. Bánh kếp súp lơ với nấm

MÁY CHỦ 4

Thành phần:

- Cơm chay súp lơ mắt chim đông lạnh gói 500g
- 3 quả trứng, đánh nhẹ
- 1 chén pho mát bào ngon
- 2 muỗng canh bột mì tự nổi
- ½ muỗng cà phê ớt bột
- ½ muỗng cà phê oregano khô
- 3 muỗng canh dầu ô liu nguyên chất
- 200g nấm nâu Thụy Sĩ, thái lát
- Bên ăn sáng, của sự lựa chọn, ví dụ
- cà chua hoặc rau bina héo.

Hướng:

a) Rã đông Cơm Rau Súp Lơ Mắt Chim đông lạnh trong tủ lạnh. Sau khi rã đông, vắt bớt độ ẩm dư thừa từ cơm súp lơ bằng vải muslin hoặc qua rây mịn.

b) Trong một bát vừa, kết hợp cơm súp lơ, trứng, phô mai, bột mì, ớt bột và lá oregano. Nêm nếm gia vị. Vo hỗn hợp thành từng miếng 4 x 10cm.

c) Đun nóng 1 muỗng canh dầu trong chảo chống dính ở nhiệt độ trung bình cao. Nấu bánh kếp một lần. Múc một phần tư hỗn hợp vào chảo, dùng thìa ấn xuống để làm phẳng độ dày 10 cm và 1 cm. Nướng trong 2-3 phút cho cả hai mặt cho đến khi vàng nâu.

d) Thêm dầu vào chảo chiên giữa các lần nấu bánh kếp, nếu cần. Lấy bánh ra khỏi chảo, đặt lên giấy thấm và giữ ấm.

e) Lau sạch chảo, đun nóng dầu còn lại và thêm nấm. Nấu trong 4-5 phút khuấy thường xuyên cho đến khi vàng. Phục vụ nấm với bánh kếp súp lơ và các món ăn sáng tùy chọn.

60. Cơm Chay Nấm

MÁY CHỦ 4

Thành phần:

- 2 muỗng canh dầu ô liu nguyên chất
- 200g nấm nâu Thụy Sĩ, cắt đôi
- 1 muỗng canh nước tương giảm muối
- Gói 500g đông lạnh Birds Eye Cà rốt Súp lơ Bông cải xanh Cơm Chay
- 1 chén lá rau bina bé
- 1 quả bơ, thái lát
- 2 chén, bắp cải tím thái nhỏ Sốt vừng rang, để phục vụ

Hướng:

a) Đun nóng 1 muỗng canh dầu trong chảo chống dính ở nhiệt độ trung bình cao. Thêm nấm và nấu, khuấy thường xuyên trong 4-5 phút hoặc cho đến khi vàng. Thêm nước tương và khuấy đều. Lấy ra khỏi chảo, đặt sang một bên và giữ ấm.

b) Thêm dầu còn lại vào cùng một chảo chiên. Thêm Cơm Veggie Birds Eye đông lạnh và nấu trong 6 phút, khuấy thường xuyên.

c) Khuấy qua rau bina và tiếp tục nấu thêm 2 phút nữa.

d) Chia cơm chay, nấm, bơ và bắp cải đã nấu chín vào bát. Mưa phùn trên mặc quần áo và phục vụ ngay lập tức.

THÊM

61.   Cá hồi và Morels

Thành phần:

- 3 chén morels, thái lát theo chiều dọc
- 4 miếng phi lê cá hồi lớn (cỡ một phần, 8 oz. hoặc hơn)
- 3 muỗng canh bơ
- 3 tép tỏi, băm nhỏ
- 1 chén rượu trắng
- 2 thìa nước cốt chanh
- Muối và hạt tiêu cho vừa ăn

Hướng:

a) Đun chảy bơ trong chảo lớn trên lửa vừa. Thêm tỏi và nấu trong một phút. Tiếp theo, thêm morels và nấu cho đến khi chúng bắt đầu chuyển sang màu nâu.

b) Đổ rượu vào và nấu cho đến khi gần như bay hơi hết, khuấy thường xuyên. Chuyển nấm vào một cái bát khi hoàn thành.

c) Chúng ta sẽ nướng cá để nấu nhanh và dễ dàng. Xếp mặt da phi lê úp xuống trong chảo gà thịt và rưới nước cốt chanh lên.

Nếu thích, bạn có thể thêm một ít bơ lên trên mỗi cái.

d) Nướng, không quay, cho đến khi chín. Kiểm tra chúng sau 6 phút nhưng bạn có thể cần phải lâu hơn một chút.

e) Sau khi hoàn thành, lấy cá ra khỏi gà thịt và thêm bất kỳ loại muối và hạt tiêu nào bạn muốn. Rải đều morels trên mỗi miếng phi lê.

f) Phục vụ bạn bè với rượu vang để cho họ thấy bạn là một đầu bếp tuyệt vời như thế nào.

62. Súp kem nấm tự làm

Thành phần:

- 1 lb. morels tươi, xắt nhỏ
- 2 muỗng canh bơ
- 1 chén nước dùng
- 1 chén kem nặng
- 1 chén rượu trắng
- 2 chén nước
- 1 tỏi tây, xắt nhỏ và chỉ sử dụng phần trắng
- 3 củ khoai tây
- Muối và hạt tiêu cho vừa ăn

Hướng:

a) Thêm nước vào nồi súp và đun sôi ở nhiệt độ thấp. Sau khi đun sôi, cho khoai tây vào và nấu cho đến khi mềm. Điều này thường mất khoảng 20 đến 30 phút.

b) Đun chảy bơ trong chảo lớn trên lửa vừa. Thêm morels và tỏi tây và nấu cho đến khi morels mới bắt đầu chuyển sang màu nâu.

c) Đổ rượu vào và nấu cho đến khi rượu gần như bốc hơi hoàn toàn. Sau đó thêm cổ phiếu của bạn, khuấy thường xuyên. Tắt bếp nếu khoai chưa chín.

d) Khi khoai tây mềm, để nước nguội một chút trước khi cho hỗn hợp vào máy xay sinh tố. Trộn cho đến khi mịn và sau đó trở lại nồi, bao gồm cả nước.

e) Thêm hỗn hợp morel và tỏi tây vào khoai tây và đun nhỏ lửa. Nấu trong vài phút cho đến khi nó nóng lên.

f) Thêm kem, muối và hạt tiêu và khuấy đều cho đến khi súp được làm ấm và đặc lại theo ý thích của bạn.

63. Mỳ ống Morel

Thành phần:

- 1/2 lb của morels
- 3 muỗng canh bơ
- 3 tép tỏi, băm nhỏ
- 1 củ hành tây nhỏ, xắt nhỏ
- 1 chén phô mai vụn
- 8 oz. mì trứng

Hướng:

a) Đun sôi nước và nấu mì ống đến độ mềm mong muốn của bạn. Tôi thích của tôi al dente.

b) Khi mì ống đang nấu, làm tan chảy bơ trong chảo trên lửa vừa. Thêm tỏi, hành tây và morels. Nấu cho đến khi nấm tiết ra gần hết chất lỏng và hơi chuyển sang màu nâu.

c) Chảo sẽ đông nên khuấy thường xuyên. Nếu hỗn hợp nấm / hành tây kết thúc trước mì ống, hãy giảm nhiệt xuống thấp.

d) Đừng quên kiểm tra mì ống trong khi nấm đang nấu! Khi hoàn thành, để ráo nước và cho vào chảo cùng với các thành phần khác, trộn tất cả lại với nhau.

e) Che tất cả mọi thứ với phô mai vụn và nấu cho đến khi nó tan chảy.

64. Easy Chicken and Morels

Thành phần:

- 3 chén morels, thái lát theo chiều dọc
- 4 ức gà không xương, không da
- 4 muỗng canh bơ
- 1/2 chén nước dùng gà
- 1/2 chén kem nặng
- 2 thìa nước cốt chanh
- 1/2 chén bột mì
- 3 củ hẹ, xắt nhỏ
- 3 tép tỏi, băm nhỏ
- Muối và hạt tiêu cho vừa ăn

Hướng:

a) Làm nóng lò nướng của bạn đến 300 độ.

b) Đun chảy 2 thìa bơ trong chảo lớn trên lửa vừa. Khi nó đang tan chảy, bột ức gà.

c) Cho gà vào chảo và nấu, lật lại cho đến khi vàng nhẹ cả hai mặt. Điều này có thể sẽ mất 8 đến 10 phút.

d) Lấy gà ra khỏi chảo và đặt vào chảo hầm. Khi lò đã sẵn sàng, hãy cho chảo vào và nướng cho đến khi gà nóng đều.

e) Khi gà đang nấu, làm tan chảy 2 thìa bơ còn lại trong chảo trên lửa vừa. Thêm morels, hẹ và tỏi. Nấu trong 3 phút, khuấy thường xuyên.

f) Đổ nước dùng gà vào và nấu cho đến khi giảm một nửa.

g) Thêm kem, nước cốt chanh, muối và hạt tiêu. Nấu cho đến khi chất lỏng giảm thành nước sốt có độ đặc mong muốn.

h) Tiếp tục kiểm tra gà khi các đạo đức đang nấu ăn. Khi cả hai đã hoàn thành, tắt bếp và múc nước sốt lên gà.

65. Morel nhồi cua

Thành phần:

- 12 morels, cắt làm đôi theo chiều dọc
- 1 chén thịt cua
- 2 muỗng canh bơ
- 1 quả trứng, đánh tan
- 2 tép tỏi, băm nhỏ
- 2 muỗng canh sốt mayonnaise nhẹ
- 2 muỗng canh vụn bánh mì khô
- Muối và hạt tiêu cho vừa ăn
- Làm nóng lò nướng của bạn ở nhiệt độ 375 độ.

Hướng:

a) Trong một bát lớn, kết hợp thịt cua, sốt mayonnaise, trứng đánh, tỏi, vụn bánh mì, muối và hạt tiêu. Trộn đều các nguyên liệu.

b) Xịt đáy đĩa nướng bằng bình xịt chống dính. Đun chảy bơ trong chảo và phết lên đáy khay nướng. Đặt các viên kẹo dẻo dưới đáy đĩa với phần rỗng bên trong hướng lên trên.

c) Nhồi nhân vào từng morel. Đặt vào lò nướng và nấu cho đến khi nấm có màu nâu vàng, khoảng 8 đến 15 phút.

d) Phục vụ ngay lập tức.

66. Trứng Morel trộn

Thành phần:

- 1/2 lb. morels, thái lát theo chiều dọc
- 1/4 cốc sữa
- 3 muỗng canh bơ
- 3 củ hành xanh, xắt nhỏ
- 1/2 tá trứng, đánh tan

Hướng:

a) Đun chảy bơ trong một cái chảo lớn rồi thêm hành lá và hành lá. Nấu cho đến khi morels bắt đầu chuyển sang màu nâu.

b) Khi nấm đang nấu, đánh trứng và sữa với nhau trong một bát.

c) Đổ hỗn hợp trứng đã đánh vào chảo cùng với nấm. Quậy cho đến khi trứng chín như mong muốn.

67.   Măng tây và Morels

Thành phần:

- 1/2 lb. đạo đức tươi, thái lát theo chiều dọc
- 2 muỗng canh bơ
- 2 bó măng tây, cắt thành miếng 1 inch
- 1 củ hẹ, xắt nhỏ
- 2 tép tỏi, băm nhỏ

Hướng:

a) Đun chảy bơ trong chảo trên lửa vừa. Thêm các miếng hẹ, tỏi, morels và măng tây.

b) Nấu cho đến khi morels có màu nâu và măng tây mềm, thường là 8 đến 10 phút.

68. Morels nhồi phô mai

Thành phần:

- Nhiều morels trung bình, ít nhất là 12 đến 16. Đừng cắt chúng.
- 1 muỗng canh bơ
- 2 muỗng canh dầu ô liu
- 1/2 lb rau bina (8 oz.), thái nhỏ càng nhiều càng tốt
- 1 chén phô mai Ricotta
- 1 chén phô mai Thụy Sĩ cắt nhỏ
- 2 muỗng canh hạt thông hoặc quả óc chó, xắt nhỏ
- 4 củ hành lá, thái nhỏ
- 2 tép tỏi, băm nhỏ
- 1/2 muỗng cà phê hạt nhục đậu khấu
- Muối và hạt tiêu cho vừa ăn

Hướng:

a) Làm nóng lò nướng của bạn ở nhiệt độ 375 độ.

b) Đầu tiên chúng ta sẽ làm nhân. Đun chảy bơ trên lửa vừa trong chảo. Xào hành lá và tỏi trong 5 phút, sau đó tắt bếp và để nguội.

c) Trong một bát lớn, kết hợp tất cả các loại pho mát, rau bina, các loại hạt, muối, hạt tiêu, tỏi, hành lá và nhục đậu khấu. Trộn đều.

d) Chuẩn bị nấm của bạn bằng cách cắt bỏ bất kỳ phần cuống nhô ra nào, để lại một lỗ ở phần gốc.

e) Xịt chảo nướng bằng bình xịt chống dính. Cẩn thận nhồi từng morel, phết một ít dầu ô liu rồi cho vào chảo. Nấu cho đến khi nấm có màu nâu vàng, thường là 10 đến 20 phút.

f) Phục vụ ngay lập tức. Chúng sẽ không tồn tại lâu đâu!

69. Morels với bột mì

Thành phần:

- Morels một bó của họ (thái lát)
- 1/2 chén bột mì (hoặc hơn)
- 4 muỗng canh bơ hoặc bơ thực vật
- Muối ăn
- Tiêu

Hướng:

a) Phủ Morels trong bột mì (trong túi khóa kéo gallon có bột mì trong đó hoặc sử dụng đĩa phủ bột mì)

b) Đun chảy bơ/bơ thực vật trong chảo trên lửa vừa (đừng đun quá nóng!!!!!)

c) Xào nấm (nhẹ tay) trong bơ/bơ thực vật. Quay khi cần thiết.

d) Lấy ra khỏi chảo và muối và hạt tiêu cho vừa ăn.

70. Morel chiên

Thành phần:

- Morel nấm thô
- 2 chén bột hữu cơ
- $\frac{1}{4}$ muỗng cà phê bột ớt cayenne
- $\frac{1}{4}$ muỗng cà phê bột hành tây
- Rất nhiều muối biển cho nước muối
- 2 quả trứng
- $\frac{1}{2}$ cốc sữa
- 1 thanh bơ hoặc ghee

Hướng:

a) Trước tiên, bạn sẽ ngâm những con cá sấu của mình trong một thau nước muối mát bằng nước và muối.

b) Trộn trứng và sữa của bạn trong một cái bát.

c) Trộn bột và gia vị của bạn trong một cái bát.

d) Làm tan chảy bơ của bạn (hoặc dầu chiên mà bạn chọn) trong chảo ở nhiệt độ trung bình/thấp.

71. Morels trong bơ

Thành phần:

- đạo đức
- Bột gạo
- bột mì
- 4 que bơ
- Muối
- tiêu

Hướng:

a) Rắc bột gạo lên morels, sau đó chiên trong bơ.

b) Vui thích.

72. sốt nấm Morel

PHỤC VỤ 4 người

Thành phần:

- 4 Thay thế ức gà không xương bằng cá walleye bướm, ức gà lôi hoặc cốt lết bê
- 3 muỗng canh bơ (không thay thế)
- 3 chén morels (thái lát dài 1")
- ½ muỗng canh mùi tây khô
- ¼ muỗng cà phê tiêu
- ¼ chén hành lá (thái lát mỏng)
- ½ chén rượu trắng khô
- 2 chén kem tươi
- 1 muỗng cà phê muối
- ½ muỗng cà phê mù tạt Dijon

Hướng:

a) Xào ức gà không xương với vài thìa bơ nóng cho đến khi chín. Giữ ấm cho đến khi nước sốt hoàn thành.

b) Trong chảo chống dính 12 inch, đun nóng 3 muỗng canh. bơ (không thay thế) trên nhiệt độ cao trung bình cho đến khi tạo bọt.

c) Thêm 3 chén đạo đức nhỏ màu xám - đối với đạo đức lớn hơn cắt thành lát dài không quá 1 inch.

d) Xào e, thỉnh thoảng khuấy, trong 15-20 phút. cho đến khi hơi giòn.

e) Thêm 1/4 C. ngọn hành lá xắt mỏng, 1/2 muỗng canh. mùi tây khô, 1/4 muỗng cà phê nhục đậu khấu, 1/4 muỗng cà phê tiêu, 1 muỗng cà phê muối và nấu trong vài phút.

f) Vặn lửa cao hơn và thêm 1/2 C. rượu trắng khô và giảm xuống gần như tráng men.

g) Biến nhiệt thành med. và thêm 2 C. kem đánh bông và 1/2 muỗng cà phê mù tạt Dijon.

h) Giảm một chút khi đun sôi chậm cho đến khi đặc lại - khoảng 10-12 phút.

i) Bày ra đĩa và rưới sốt lên gà.

73. Morel với bánh quy mặn

Thành phần:

- morels tươi cắt lát theo chiều dọc
- ⅓ dầu ăn
- 1 hộp Bánh quy mặn
- 3 quả trứng
- Muối
- 1 thìa cà phê tiêu
- 1 muỗng cà phê ớt bột
- 1 muỗng canh gia vị
- 1 chén bột mì
- ⅓ cốc nước

Hướng:

a) Rửa nhẹ và cắt đôi nấm theo chiều dọc. Ngâm trước trong nước muối. (Tốt nhất là để qua đêm). Điều này giúp trung hòa axit... để tránh các vấn đề về "tiêu hóa".

b) Làm nóng trước 1/3" dầu ăn trong chảo gang 10" trên lửa vừa và cao.

c) Chuẩn bị khăn giấy để thấm dầu thừa từ nấm đã nấu chín.

d) Rửa sạch và để ráo nấm trong một cái chao lớn.

e) Đổ (2) gói bánh quy mặn bên trong vào Túi Ziploc 1 gallon. Nghiền bằng một cây lăn để có độ đặc mịn.

f) Thêm 1 C Bột năng, 1/2 Muỗng canh bột nêm, 1 muỗng cafe Tiêu và Ớt bột mỗi loại. Lắc đều và cho vào chảo nông hoặc bát soong.

g) Trong một bát nhỏ, đánh 3 quả trứng.

h) Thêm nước, tiêu và trộn đều.

i) Dùng một tay nhúng nấm vào nước rửa trứng, để phần thừa chảy ra. Quăng vào hỗn hợp bánh quy giòn.

j) Mặt khác, ngay lập tức rắc thêm hỗn hợp bánh quy giòn lên trên để phủ toàn bộ nấm. Lắc bỏ phần thừa để tránh bị cháy trong chảo.

k) Nấu ăn

l) Cho vào dầu nóng...úp mặt xuống. Tiếp tục cho đến khi đầy chảo.

m) Nấu cho đến khi vàng nhẹ. Lật w/kẹp và chiên mặt còn lại cho đến khi có màu vàng nâu. Lật ngược chúng lại một chút để dầu thừa từ mặt dưới thoát ra ngoài tốt hơn.

n) Đặt lên khăn giấy...chia mặt xuống. Có thể muối nhẹ, nhưng KHÔNG cần thiết. Không muốn chôn vùi hương vị nấm...Bạn nên nếm thử trước.

o) Tiếp tục cho đến khi tất cả các loại nấm được nấu chín...Có thể cần phải chống đỡ những người tiêu dùng háo hức.

74. Morel với vụn bánh mì & Parmesan

Thành phần:

- 15-20 con rong biển cỡ vừa rửa sạch và cắt đôi
- 1 chén vụn bánh mì
- 1 muỗng canh tiêu đen xay
- 1 muỗng canh muối biển nghiền
- 3 muỗng canh phô mai Parmesan bào mịn
- 3-4 lát phô mai cheddar dày vừa
- 1 quả trứng để rửa trứng
- 4 que bơ

Hướng:

a) Trộn tất cả các thành phần khô trong một bát nông. (vụn bánh mì, phô mai Parmesan, muối và hạt tiêu)

b) Đun nóng một lượng bơ tốt cho sức khỏe trong chảo rán nhỏ.

c) Đánh trứng và đặt vào bát nông riêng biệt.

d) Nấu ăn

e) Nhúng nấm vào trứng và nạo vào hỗn hợp vụn bánh mì, ngay lập tức cho vào bơ nóng. Chiên cho đến khi vàng giòn.

f) lấy ra khỏi chảo và sắp xếp nấm trên tấm bánh quy nhỏ, đặt một dải phô mai 1/4 inch ở giữa mỗi tấm.

g) Đặt vào lò nướng 375° đã làm nóng trước trong khoảng 4-6 phút hoặc cho đến khi phô mai tan chảy.

h) Lấy ra, để nguội và thưởng thức.

75. cá chiên áp chảo

Thành phần:

- một mẻ Morels giảm một nửa, làm sạch và ngâm
- 2 chén bột ngô
- $\frac{1}{4}$ sữa
- 1 quả trứng đồng quê
- 1 chén mỡ thịt xông khói
- 1 muỗng canh tiêu đen

Hướng:

a) Trong một cái bát nông rộng: trộn 1 quả trứng đồng quê với 1/4 c. Sữa

b) Trong túi giấy dày: thêm 2 c. bột ngô với 1 t. tiêu đen trộn vào.

c) Trong một cái chảo gang dày dặn, làm tan chảy mỡ thịt xông khói sâu 1 inch.

d) Nhân nó tốt và nóng nhưng không hút thuốc.

e) Bây giờ nhúng nấm của bạn vào hỗn hợp sữa và trứng và để chúng ngấm một chút trong khi mỡ đang nóng.

f) Lấy một nắm ra khỏi bát và lắc một chút để loại bỏ một số chất lỏng dư thừa sau đó thả chúng vào túi bột ngô.

g) Giữ tay ở đáy túi để nó không bị vỡ và lắc nhẹ.

h) Thêm nhiều nấm hơn, lắc nhẹ sau mỗi lần thêm.

i) Khi tất cả chúng đã được tráng rất kỹ, hãy bắt đầu xếp chúng thành một lớp trên chảo nóng.

j) Cố gắng chỉ xoay chúng một lần, theo cách đó lớp phủ của bạn sẽ bền hơn.

NẤM PORCINI

76.   Bít tết chà bông

phục vụ 2

Thành phần:

- 2 muỗng canh đường
- 1 muỗng canh muối
- 5 tép tỏi, thái nhỏ
- 1 muỗng canh hạt tiêu đỏ nóng
- 1 muỗng canh tiêu đen
- 30g nấm trắng khô, nghiền mịn
- 60ml dầu ô liu, cộng thêm cho mưa phùn
- 1 x 600-800g bít tết sườn, cắt miếng dày 4cm
- Giấm balsamic, cho mưa phùn

Hướng:

a) Trong một bát nhỏ, kết hợp đường, muối, tỏi, ớt đỏ, hạt tiêu, bột nấm và dầu ô liu, sau đó khuấy đều để tạo thành một hỗn hợp đặc và khá khô. Chà hỗn hợp lên khắp miếng bít tết, phủ đều. Bọc màng bọc thực phẩm rồi để lạnh trong 12 giờ hoặc qua đêm.

b) Làm nóng chảo nướng. Lấy bít tết ra khỏi tủ lạnh, gạt bỏ nước xốt thừa. Nấu ở nhiệt độ trung bình cao trong 20-25 phút, lật 6 phút một lần đối với lửa vừa.

c) Để bít tết nghỉ trong 10 phút, sau đó cắt theo thớ. Rưới dầu ô liu và giấm balsamic và phục vụ.

77. nấm ngâm nước tương

Giao bóng 4-6

Thành phần:

- 400ml sữa
- 50g bơ
- 50g bột ngô hoặc bột ngô màu vàng
- 40g kem tươi
- 75g phô mai parmesan, nạo, cộng thêm để phục vụ
- Muối và hạt tiêu đen
- 4-6 cây giò heo hoặc heo rừng

Đối với nấm ngâm đậu nành

- 50ml dầu thực vật
- 1 củ hành tây nhỏ, thái hạt lựu
- 2 tép tỏi, nghiền nát
- 400g nấm rừng hỗn hợp
- 60ml nước tương nhạt
- 60ml nước
- 3 củ hành tây, thái nhỏ

- 4 muỗng canh rau mùi tây phẳng, xắt nhỏ

Hướng:

a) Để làm bột mịn, hãy đun sôi sữa và bơ trong một cái chảo vừa.

b) Thêm bột hoặc Polenta và nấu trong 3 phút, khuấy liên tục. Tắt bếp và để nguội một chút.

c) Cho crème fraiche và parmesan vào khuấy đều, nêm gia vị, đậy nắp và giữ ấm.

78. Calzone nấm

phục vụ 2

Thành phần:

Đối với bột bánh pizza

- 115ml nước ấm
- 1 muỗng cà phê men khô tác dụng nhanh
- 200g bột mì trắng mạnh
- ½ thìa cà phê muối

để làm đầy

- 200g mozzarella trâu, để ráo nước và cắt khối
- Dầu ôliu siêu nguyên chất
- 1 tép tỏi, thái nhỏ
- 1 muỗng cà phê mảnh ớt khô (tùy chọn)
- 225g nấm hỗn hợp, tỉa, gọt vỏ và thái hạt lựu 1cm
- Muối và hạt tiêu đen
- ½ muỗng canh lá thyme chanh
- 3 muỗng canh parmesan, bào mịn

Hướng:

a) Để làm bột, đặt 2 muỗng canh nước ấm vào một cái bát nhỏ. Rắc men lên nước và nhẹ nhàng trộn bằng ngón tay của bạn. Đo bột vào một bát trộn lớn. Khi men đã tan và có bọt, trộn kỹ.

b) Thêm 1 muỗng canh bột mì và khuấy đều cho đến khi tạo thành một hỗn hợp mịn. Để tăng trong 30 phút. Nó sẽ phồng lên và tăng gấp đôi về khối lượng.

c) Trộn muối vào phần bột còn lại. Đổ hỗn hợp men vào. Thêm 115ml nước ấm vào bát men rỗng, sau đó cho hỗn hợp vào. Dùng tay trộn đều cho đến khi tạo thành một khối bột, sau đó úp ra một mặt phẳng sạch. Nhào trong 10 phút.

d) Khi bột mịn mượt và đàn hồi, chia thành hai quả bóng bằng nhau. Đặt trên một khay nướng bột và phủ một chiếc khăn trà sạch. Để ở nơi ấm áp, không có gió lùa trong 2 giờ hoặc cho đến khi chúng tăng gấp đôi kích thước.

e) Đặt khay nướng vào giữa lò, sau đó làm nóng trước ở nhiệt độ 230C/450C/khí gas 8.

f) Để ráo phô mai mozzarella và lau khô. Cắt thành khối 1 cm và đặt trong một cái chao. Nhấn nhẹ để giải phóng một số độ ẩm dư thừa.

g) Đặt chảo rán trên lửa vừa cao. Thêm 3 muỗng canh dầu ô liu, sau đó là tỏi và ớt nếu dùng. Ngay khi nó bắt đầu xèo xèo, thêm nấm thái hạt lựu.

h) Nêm gia vị và xào nhanh trong 3 phút hoặc cho đến khi chúng tiết ra gần hết chất lỏng. Trộn húng tây chanh và cho vào bát. Sau khi nguội, trộn parmesan.

i) Cán bột bánh pizza của bạn thành hai đĩa có đường kính khoảng 20cm. Trải nấm lên một nửa mỗi đĩa bột, chú ý không che phần mép nhô lên.

j) Rắc phô mai mozzarella hình khối lên nấm. Gấp một nửa bột không đậy nắp lên trên phần nhân. Uốn các cạnh để không có nước trái cây có thể thoát ra ngoài.

k) Nướng trong 10 phút hoặc cho đến khi lớp vỏ bánh phồng lên và chuyển sang màu vàng và giòn. Chải với một ít dầu ô liu trước khi phục vụ.

79. Măng tây & morels trong dầu giấm

Năng suất: 4 phần ăn

Thành phần:

- 32 ngọn măng tây
- ½ pound đạo đức tươi; giảm một nửa, làm sạch và cắt
- ¼ ounce Nấm porcini khô
- 1 chén nước dùng gà hoặc nước
- ¼ chén giấm Balsamic

Hướng:

a) Cắt và chần măng tây cho đến khi mềm và ngừng nấu bằng cách ngâm trong nước lạnh. Xả và dự trữ. Ngâm porcini trong kho hoặc nước. Đun sôi và giảm thể tích xuống còn $\frac{1}{4}$ cốc. Sự căng thẳng. Trong máy xay sinh tố, kết hợp giấm balsamic và nước ngâm nấm.

b) Nhũ hóa dầu thành lớp nền và nêm muối và hạt tiêu. Hấp măng tây trong 1 phút để làm nóng lại và sắp xếp trên đĩa ấm.

c) Xào morels trong bơ cho đến khi chúng tiết ra nước. Tăng nhiệt và Xào 2-3 phút. Ném morels vào $\frac{2}{3}$ của dấm. Chia cho các ngọn giáo và rưới một ít giấm xung quanh mỗi ngọn giáo.

80.   Phô mai xanh & nấm dại

Năng suất: 3 phần ăn

Thành phần:

- 1 muỗng canh bơ không ướp muối
- 1 muỗng canh dầu ô liu
- 3 củ hành Tây Ban Nha; thái lát mỏng
- 1 muỗng cà phê Đường
- 3 muỗng canh dầu Olive
- 1 pound Nấm dại các loại (portobello; shiitake chanterelle, porcini)
- Muối và hạt tiêu mới xay
- ½ chén mozzarella tươi
- 1 chén Phô mai xanh vụn
- 1 bánh mì dẹt

Hướng:

a) Đun nóng bơ và dầu ô liu trong chảo vừa. Thêm hành tây và đường và nấu từ từ cho đến khi mềm và có màu caramel. Đun nóng dầu ô liu trong chảo xào lớn trên lửa lớn. Thêm nấm và xào cho đến khi vàng nâu và nấu chín.

b) Nêm muối và hạt tiêu cho vừa ăn. Nướng sơ bộ. Làm phẳng bột, phết dầu ô liu và ném lên vỉ nướng.

c) Nướng một mặt cho đến khi có màu vàng nâu, lật lại phết phô mai mozzarella, hành tây, nấm và phô mai xanh.

NẤM HẠT DẺ

81. Bánh pudding nấm và tỏi tây

Phục vụ 8-10

Thành phần:

- 400g bánh mì hình khối, loại bỏ lớp vỏ
- 2 muỗng canh dầu ô liu
- 1 muỗng canh bơ không ướp muối
- 50g pancetta, thái hạt lựu
- 4 tỏi tây, phần trắng và xanh, thái lát
- 1,2kg nấm hạt dẻ, thái lát
- 1 muỗng canh lá tarragon tươi, xắt nhỏ
- 30ml sherry vừa hoặc khô
- Muối và hạt tiêu đen
- Một ít rau mùi tây phẳng, xắt nhỏ
- 4 quả trứng lớn
- kem đôi 600ml
- 250ml nước dùng gà
- 170g gruyere, nạo

Hướng:

a) Làm nóng lò nướng ở nhiệt độ 180C/350F/khí gas 4. Trải bánh mì lên khay nướng và nướng trong 20 phút cho đến khi bánh mì có màu nâu nhạt. Để qua một bên.

b) Đun nóng dầu và bơ trên lửa vừa. Thêm pancetta và chiên trong 5 phút, thêm tỏi tây và nấu cho đến khi mềm. Thêm nấm, ngải giấm, rượu sherry, 1 muỗng canh muối và 1½ muỗng cà phê tiêu và nấu trong 10-12 phút, cho đến khi phần lớn chất lỏng bay hơi, thỉnh thoảng khuấy đều. Tắt lửa, sau đó khuấy trong rau mùi tây.

c) Trong một tô trộn lớn, đánh trứng, kem, nước dùng gà và ⅔ của gruyère. Thêm hỗn hợp bánh mì và nấm, khuấy đều. Đặt sang một bên trong 30 phút.

d) Khuấy đều và đổ vào một món nướng lớn. Rắc gruyere còn lại và nướng trong 45-50 phút, cho đến khi mặt trên chín vàng.

e) Phục vụ nóng.

82. Hạt dẻ và nấm dại

Năng suất: 4 phần ăn

Thành phần:

- 2 muỗng canh dầu ô liu
- 1 tép tỏi, thái nhỏ
- 8 ounces nấm Shiitake, tỉa và thái lát
- 15 ounce Hạt dẻ đóng hộp ráo nước đóng gói trong nước
- Muối và hạt tiêu đen mới xay

Hướng:

a) Đun nóng dầu ô liu trong chảo và từ từ để tỏi có màu nâu. Xào nấm hương cho mềm (thêm một thìa nước nếu cần để nấm không bị cháy).

b) Thêm hạt dẻ và xào vừa để hâm nóng lại và nêm muối và nhiều hạt tiêu đen xay

c) Năng suất: 4 đến 6 phần ăn

83.   nấm linh chi

Máy chủ 4

Thành phần:

- 2-4 quả ớt khô
- 6 muỗng canh dầu thực vật
- 4 cây đinh hương
- 6 vỏ thảo quả xanh
- 2 vỏ thảo quả đen
- thanh quế 5cm
- 1 lưỡi chùy
- 10 hạt tiêu đen
- 2 củ hành nhỏ, thái nhỏ
- 2 quả cà chua lớn, làm tư
- 2 muỗng canh sữa chua
- 5 tép tỏi, bóc vỏ
- 20g gừng gọt vỏ
- 2 muỗng cà phê rau mùi
- ¾ muỗng cà phê thì là xay

- ⅓ muỗng cà phê nghệ

- ¾ muỗng cà phê garam masala, hoặc để nếm thử

- Muối, để hương vị

- 30g bơ lạt

- 500g các loại nấm như nấm đông cô, hạt dẻ và hàu

- Một nắm lá rau mùi, xắt nhỏ

Hướng:

a) Rang ớt khô trong chảo khô cho đến khi hơi sẫm màu, lắc thường xuyên. Chia làm đôi và lắc hạt, sau đó nghiền thành bột. Đun nóng 4 muỗng canh dầu trong một cái chảo lớn, không dính.

b) Thêm toàn bộ gia vị và chiên trong 10 giây. Thêm hành tây và nấu cho đến khi chúng có màu nâu ở các cạnh.

c) Trong khi đó, trộn cà chua, sữa chua, tỏi và gừng cho đến khi mịn. Thêm vào hành tây với gia vị xay và một ít muối.

d) Nấu, thỉnh thoảng khuấy, cho đến khi masala giảm hoàn toàn và tiết ra những giọt dầu trở lại chảo. Tiếp tục nấu, khuấy thường xuyên, trên lửa lớn, trong 4-5 phút. Thêm 350ml nước, đun sôi nhỏ lửa trong 3-4 phút rồi để ấm.

e) Đun nóng 1 muỗng canh dầu và một nửa bơ trong chảo lớn. Thêm một nửa số nấm, rắc một chút muối và chiên trong năm phút cho đến khi chúng có màu caramel ở các cạnh. Lặp lại với dầu, bơ và nấm còn lại. Đổ chúng vào nước sốt, khuấy đều, sau đó điều chỉnh gia vị.

f) Thêm một chút nước nếu cần – nước sốt phải đặc nhưng không quá đặc. Đun nhỏ lửa trong 3-4 phút rồi dùng, rắc rau mùi.

CREMINI

84. Nấm Crimini Crostini

làm cho 24

Thành phần:

Crostini

- Bánh mì baguette 16 ounce, cắt theo đường chéo thành 24 miếng
- 2 muỗng canh dầu ô liu hoặc nhiều hơn nếu cần
- 1 tép tỏi lớn, bóc vỏ, cắt làm đôi

Nấm

- 1 muỗng canh dầu ô liu
- 1 củ hẹ lớn, bóc vỏ, băm nhỏ
- 3/4 pound nấm crimini nhỏ, rửa sạch, thái lát mỏng
- 2 muỗng canh hương thảo tươi băm nhỏ
- 2 muỗng canh cây xô thơm tươi băm nhỏ
- Nhánh hương thảo để trang trí tùy chọn

Hướng:

a) Để làm crostini: Làm nóng gà thịt trước. Đặt các lát bánh mì lên chảo gà thịt.

b) Chải từng lát với một ít dầu ô liu và chà xát với mặt cắt của tỏi. Đặt dưới vỉ nướng và nướng cho đến khi hơi nâu và giòn.

c) Lấy ra khỏi gà thịt và đặt sang một bên để nguội.

85. Ướp Crimini và cà rốt

phục vụ 10

Thành phần:

- 8 ounces nấm crimini
- 1 ly nước
- 1/2 muỗng cà phê muối
- 8 ounces cà rốt nhỏ, cắt ngọn và chà sạch
- 12 ounce atisô, giảm một nửa
- Cách ăn mặc:
- 1/4 chén dầu ô liu
- 1/4 chén giấm balsamic
- 2 muỗng cà phê thì là tươi
- 1/4 muỗng cà phê muối
- 1/4 muỗng cà phê tiêu
- 1/2 chén ớt đỏ nướng, thái sợi

Hướng:

a) Trong một chảo nước sốt lớn, kết hợp nấm, nước và 1/2 muỗng cà phê muối. Đun sôi và giảm nhiệt. Đậy nắp và đun nhỏ lửa trong vài phút. Thêm cà rốt và đun sôi trở lại. Giảm nhiệt và nấu thêm 2 phút nữa. Vớt rau ra để nguội rồi kết hợp với tim atisô.

b) Trong máy xay sinh tố hoặc lọ, kết hợp dầu ô liu, giấm, thì là, muối và hạt tiêu và lắc đều. Đổ lên rau và áo khoác. Làm lạnh cho đến khi nguội, tối đa 2 ngày. Mang đến nhiệt độ phòng trước khi phục vụ. Trang trí với dải ớt đỏ và thì là.

86. Nấm "Risotto" với Feta

Máy chủ 4

Thành phần:

- 2 muỗng canh Dầu ô liu
- 1 pound nấm crimini thái lát
- 1-1/4 cốc (8 oz.) mì ống orzo
- 1 lon 14-1/2 ounce cà chua hầm kiểu Ý
- 1 lon nước dùng gà 13-3/4 ounces
- 1/4 chén húng quế và phô mai feta có hương vị cà chua

Hướng:

a) Trong một chảo dầu nóng lớn cho đến khi nóng. Thêm nấm và nấu cho đến khi mềm và tiết ra nước. Khuấy orzo, cà chua, nước dùng gà và 1/2 cốc nước.

b) Đậy nắp đun nhỏ lửa, thỉnh thoảng khuấy cho đến khi orzo mềm và hầu hết chất lỏng được hấp thụ. Khuấy phô mai feta và phục vụ.

87. Strudel nấm

Máy chủ 6

Thành phần:

- 2 củ hẹ, xắt nhỏ
- 1/2 chén rượu trắng
- 8 oz. tội phạm, thái lát
- 8 oz. nấm hương, thái lát
- 1 1/2 chén kem nặng
- 1/2 muỗng cà phê húng tây, tươi
- Muối và hạt tiêu đen để nếm
- 1 quả trứng, đánh tan
- 12 hình vuông bánh phồng 4 inch

Hướng:

a) Nấu nấm và hẹ trong rượu cho đến khi rượu bốc hơi. Thêm kem, húng tây và muối và hạt tiêu.

b) Giảm một nửa và làm lạnh trong vài giờ hoặc cho đến khi kem đông lại. Cho 1 muỗng cà phê tròn hỗn hợp nấm vào bánh ngọt, gấp lại và quét bằng trứng.

c) Nướng trong lò khoảng 8-12 phút hoặc cho đến khi vàng nâu. Đun nóng hỗn hợp nấm còn lại và dùng với strudel.

88. Kem Súp nấm

phục vụ 2

Thành phần:

- 2 muỗng canh bơ
- 1 (gói 6 oz) nấm crimini
- 2 củ hẹ băm nhỏ vừa
- 1/4 muỗng cà phê ớt bột Hungary
- 1 muỗng canh bột mì
- 1 chén nước luộc gà
- 1/2 muỗng cà phê húng tây khô, vỡ vụn
- 1/4 cốc kem tươi
- 2 muỗng canh kem chua hoặc kem chua nhẹ

Hướng:

a) Đun chảy bơ, hẹ tây và Xào trên lửa vừa từ 5 đến 10 phút cho đến khi chín và mềm. Nấm nên tiết ra chất lỏng, khi bốc hơi cho ớt bột vào khuấy đều.

b) Thêm bột và khuấy để trộn cho đến khi mịn và đặc lại. Thêm cỏ xạ hương và đun nhỏ lửa trong 10 phút. Khuấy kem và kem chua.

89. Hầm nấm Crimini

Thành phần:

- 3 lạng. nấm lim xanh
- 1 gói 16 oz. thảo mộc nhồi
- 3/4 lb. phô mai sắc, nạo
- 1 1/4 chén rưỡi

Hướng:

a) Thái lát nấm và chần sơ qua.

b) Mỡ chảo 9x13". Xếp nguyên liệu bắt đầu bằng nấm, phô mai, nhồi và lặp lại kết thúc bằng nhồi.

c) Đừng phủ bơ lên trên. Trước khi nướng, đổ nửa n rưỡi lên soong. Nướng ở 350 độ trong 30 phút.

90. Linguine với Nấm & Sốt

Thành phần:

- 8 oz. mì chưa nấu chín
- 2 muỗng canh Dầu ô liu
- 1 chén hành tây thái lát
- 1 lb nấm crimini tươi
- 1 muỗng cà phê tỏi băm
- 1 lọ (7 oz.) ớt chuông đỏ rang, để ráo nước và thái nhỏ
- 1/4 muỗng cà phê muối
- 1/8 muỗng cà phê tiêu đen
- 1 1/2 chén croutons (Caesar hoặc hương vị Ý)
- 1/3 chén phô mai Parmesan

Hướng:

a) Nấu mì cho đến khi hoàn thành. Xả và tiết kiệm 1/2 cốc chất lỏng. Đặt mì ống vào một bát phục vụ lớn. Trong chảo lớn trên lửa vừa, đun nóng dầu ô liu cho đến khi nóng.

b) Thêm hành tây và nấu cho đến khi hơi mềm. Thêm nấm và nấu cho đến khi mềm - khoảng 5 phút.

c) Khuấy ớt, muối và hạt tiêu cho vừa ăn. Thêm phần còn lại của nước, đổ linguine. Khuấy bánh mì nướng, phô mai và phục vụ.

91.   Pasta cải bó xôi nấm

4 phần ăn

Thành phần:

- 3 muỗng canh (45 ml) dầu ô liu nguyên chất

- ½ chén hẹ thái mỏng hoặc hành tím, khoảng 1 củ lớn hoặc 2 củ vừa

- muối kosher

- 10 ounce (275 g) nấm mỡ trắng, cắt miếng vừa phải

- 8 ounce (225 g) mũ nấm portobello, thái lát

- 2 tép tỏi, thái nhỏ

- ½ muỗng cà phê ớt đỏ nghiền

- Hạt tiêu đen mới xay để nếm

- 8 ounce (225 g) mì pappardelle hoặc fettuccine khô, hoặc 1 pound mì ống tươi

- ¼ cốc (60 ml) rượu vang hồng hoặc rượu trắng khô

- 3 muỗng canh (45 g) bơ
- ¼ chén phô mai Parmesan nạo
- 5 ounce (150 g) lá cải bó xôi non

Hướng:

a) Đun sôi một nồi nước muối lớn.

b) Đặt chảo lớn (12 inch) trên lửa vừa. Thêm dầu ô liu và hẹ vào chảo cùng với ½ muỗng cà phê muối kosher. Nấu cho đến khi hẹ mềm, khuấy thường xuyên, khoảng 5 phút.

c) Thêm nấm vào chảo trong một lớp. Nấu yên trong 5 phút, sau đó rắc ½ muỗng cà phê muối và đảo đều với hẹ. Cho tỏi, ớt và hạt tiêu đen vào xào và tiếp tục nấu thêm 5 phút nữa hoặc cho đến khi chúng mềm và tiết ra nước.

d) Trong khi nấu nấm, cho mì ống vào nước sôi và nấu theo hướng dẫn trên bao bì. Làm khô hạn.

e) Nâng nhiệt dưới nấm lên mức trung bình cao và đổ rượu vào. Để nó sủi bọt và nấu trong 2 phút. Khuấy bơ cho đến khi nó tan chảy. Lấy chảo ra khỏi bếp và thêm $\frac{1}{4}$ chén phô mai và rau bina vào chảo. Khuấy cho đến khi lá héo.

f) Thêm mì ống đã nấu chín vào chảo và đảo nhẹ với nước sốt. Dọn ra bát có thêm phô mai rắc lên trên mì ống. Rót một ly rượu và thưởng thức!

PORTOBELLO

92. Súp nấm Portobello

Máy chủ 6

Thành phần:

- kem đơn 300ml
- 1 lít sữa
- 200ml nước lạnh
- 1 củ hành tây lớn, thái hạt lựu
- 50g bơ
- Muối ăn
- 250g nấm portobello, thái nhỏ
- 100g nấm mỡ, thái nhỏ
- 50ml rượu madeira ngọt đậm
- 4 lá nguyệt quế
- kem đôi 200ml
- Tiêu đen
- 6 lá nguyệt quế nhỏ, để phục vụ

Hướng:

a) Đun sôi từ từ kem đơn, sữa và nước trong một cái chảo lớn.

b) Trong khi đó, từ từ đổ hành tây vào một cái chảo khác cùng với bơ, 2 lá nguyệt quế và một ít muối. Khi hành tây trong mờ, thêm nấm và nấu ở nhiệt độ cao hơn cho đến khi hết hơi ẩm. Thêm rượu madeira và giảm thành một loại men dính.

c) Đổ hỗn hợp kem đang sôi vào, khuấy đều và đun sôi trở lại. Nấu không quá 5 phút, loại bỏ lá, sau đó xay mịn.

d) Nếu bạn đã ngâm kem đôi với lá nguyệt quế qua đêm, hãy loại bỏ kem trước khi đánh kem thành Chantilly nhẹ - kem sẽ đặc lại và rơi ra khỏi thìa một cách khó chịu. Nếu không thì cho lá nguyệt quế đã cắt nhỏ vào.

e) Phục vụ súp với một thìa kem đôi, một ít hạt tiêu và một chiếc lá nguyệt quế nhỏ.

93. Trứng tráng phồng nấm

phục vụ 2

Thành phần:

- 20g bơ
- 1 muỗng canh dầu ô liu
- 2 nấm lớn, thái nhỏ
- 1 củ chuối, thái lát mỏng
- 3 quả trứng
- 100ml sữa chua tự nhiên
- 1 muỗng canh húng quế, xắt nhỏ
- 1 muỗng canh rau mùi tây, xắt nhỏ
- ½ muỗng canh hẹ, xắt nhỏ

Hướng:

a) Đun nóng bơ và dầu trong chảo lớn có nắp đậy. Chiên nấm, không xào quá thường xuyên để nấm có màu.

b) Thêm hẹ và nấu cho đến khi mềm. Hạ nhiệt xuống ngọn lửa nhỏ nhất có thể.

c) Trộn trứng và sữa chua với nhau, sau đó nêm một chút muối biển và hạt tiêu. Đánh bằng máy đánh trứng (hoặc đánh mạnh bằng tay) cho đến khi nổi bọt.

d) Đổ hỗn hợp vào chảo, thêm các loại thảo mộc và đậy nắp.

e) Nấu cho đến khi phồng lên và thiết lập đầy đủ.

94. Portobellos nướng theo phong cách Romanesque

Năng suất: 4 phần ăn

Thành phần:

- 6 ounce nấm Portobello
- ½ cân mỳ Ý
- Muối và tiêu
- ½ chén nước dùng yêu thích
- 1 chén hành tây xắt nhỏ
- 1 chén ớt đỏ hoặc cà tím xắt nhỏ, hoặc 1/2 chén mỗi loại
- 1 tép tỏi, băm nhỏ
- 2 muỗng canh Rau mùi tây tươi băm nhỏ
- 1 lon (16 ounce) nước sốt cà chua
- 1 muỗng cà phê sốt Worrouershire chay
- ½ muỗng cà phê oregano khô
- ¼ chén Phô mai Parmesan không béo

Hướng:

a) Làm nóng lò trước để nướng. Đun sôi một nồi nước lớn. Nấm làm sạch, nêm muối và hạt tiêu, nướng trong vài phút cả hai mặt.

b) Trong khi đó, nấu mì ống trong nước sôi cho đến khi mềm. Cắt nấm thành dải dài rộng khoảng $\frac{1}{2}$. Để ráo mì ống, cho vào đĩa hầm, rắc nhẹ Pam và nấm lên trên. Giảm nhiệt độ lò xuống 350 độ F.

c) Đun sôi nước dùng trong chảo.

d) Xào hành, tỏi, mùi tây và ớt/cà tím trong nước dùng khoảng 5 phút. Thêm sốt cà chua, sốt Worrouershire và oregano và nấu thêm hai phút nữa. Đổ mì ống và nấm. Rắc phô mai.

e) Đậy nắp và nướng trong khoảng 30 phút.

95. Bít tết portobello nướng

Năng suất: 1 phần ăn

Thành phần:

- 4 mũ nấm Portobello lớn
- Nước xốt thịt quay
- $\frac{1}{2}$ muỗng cà phê muối
- $\frac{1}{4}$ muỗng cà phê tiêu xay tươi

Hướng:

a) Chuẩn bị vỉ nướng.

b) Lau mũ nấm bằng khăn giấy; chải từng nắp với 1 Nước sốt thịt nướng và rắc muối và tiêu.

c) Xếp nấm, nắp úp xuống, trên vỉ nướng; lều bằng giấy bạc. Nướng từ 3 đến 5 phút trên than có nhiệt độ trung bình thấp. Loại bỏ giấy bạc; chải từng cây nấm với 1 muỗng canh nước sốt. Lật nấm và phết thêm 1 muỗng canh nước sốt.

d) Nướng thêm 3 đến 5 phút nữa, cho đến khi mềm khi dùng nĩa đâm vào. Phục vụ với nước sốt thịt nướng còn lại, đun nóng, nếu muốn. Làm cho 4 phần ăn.

96. Bữa sáng portobellos với shiitakes

Năng suất: 4 phần ăn

Thành phần:

- 4 mũ portobello tươi vừa - đến lớn, ngang 4-6 inch; làm sạch
- 3 muỗng canh dầu Olive
- 4 lạng nấm Shiitake; cắt bỏ thân và mũ thái lát
- ½ củ hành tây nhỏ; thái hạt lựu
- 1 chén ngô tươi
- ⅓ tách hạt thông nướng
- ½ chén thịt xông khói chiên, vụn (opt)
- Muối ăn
- 8 quả trứng

Hướng:

a) Làm nóng lò ở 400 độ. Đặt nắp portobello, mặt mang hướng lên trên, trong một đĩa nướng lớn và nướng trong 5 phút. Trong khi đó đun nóng dầu trong chảo Sauté lớn trên lửa lớn. Thêm nấm hương, hành tây và ngô; Xào cho đến khi nấm mềm và ngô mềm, 3-4 phút. Thêm hạt thông và thịt xông khói nếu sử dụng và khuấy đều. Hãy chắc chắn để mùa tốt.

b) Lấy nấm ra khỏi lò và chia đều hỗn hợp shiitake cho 4 nắp làm phẳng bề mặt. Đảm bảo nắp càng phẳng càng tốt để trứng không bị trượt sang một bên khi nướng. Đập 2 quả trứng lên trên mỗi cây nấm.

c) Trứng muối nhẹ và đưa món ăn trở lại lò nướng. Nướng cho đến khi trứng được hoàn thành theo ý thích của bạn, sau đó phục vụ ngay lập tức.

d)

97.   Gà madeira với portobello

Năng suất: 1 phần ăn

Thành phần:

- 4 nửa ức gà rút xương lớn
- 8 ounce Portobellos; thái lát dày
- 1 chén bột mì đa dụng
- 2 muỗng canh Bơ
- 2 muỗng canh dầu ô liu
- Muối và hạt tiêu mới xay để nếm
- 1 muỗng canh rau mùi tây hoặc húng quế tươi của Ý; băm nhỏ
- Rắc mùi tây Ý tươi hoặc húng quế
- ½ chén rượu Madeira khô
- ½ chén nước dùng gà

Hướng:

a) Đặt từng ức gà vào giữa 2 tờ giấy sáp. Đặt các miếng thịt gà với mặt đã được loại bỏ da xuống trên giấy sáp và nhẹ nhàng làm phẳng bằng vồ.

b) Làm phẳng chúng với độ dày khoảng $\frac{1}{4}$ inch. Đập gà có hai mục đích; 1) để làm cho vú to hơn, và quan trọng nhất là 2) là làm cho độ dày đều để thời gian nấu sẽ đồng đều.

c) Kết hợp bột mì, muối và hạt tiêu trên một tờ giấy sáp sạch. Lăn từng ức gà với bột dày dặn; nhấc một đầu ra và giũ nhẹ bột thừa. Đặt từng miếng thịt gà đã phết lên một miếng giấy sáp khác và không để chúng chồng lên nhau.

d) Đun chảy 2 thìa cà phê bơ và 2 thìa cà phê dầu ô liu trong chảo không dính lớn, lòng sâu. Khi bơ và dầu nóng (sủi bọt), thêm nấm. Xào ở nhiệt độ cao cho đến khi nấm có màu nâu nhạt và mềm, và tất cả chất lỏng đã bay hơi. Lấy nấm ra khỏi chảo và đặt sang một bên.

e) Nêm nấm với muối, hạt tiêu và mùi tây hoặc húng quế. Đưa chảo trở lại nhiệt độ trung bình cao. Thêm bơ và dầu ô liu còn lại. Cho thịt gà vào chảo nấu mặt trong trước.

f) Áp chảo ức gà 2-3 phút mỗi bên. Đừng nấu quá chín. Chuyển gà vào đĩa lớn và bọc bằng giấy bạc. HOẶC Bạn cũng có thể giữ ức gà đã nấu chín trong lò nướng ấm (150-200 độ) trên đĩa lớn.

g) Khi tất cả ức gà đã được áp chảo, đổ bớt mỡ thừa ra khỏi chảo, chỉ để lại một vài giọt trong chảo. Đổ rượu và nước dùng gà vào, đun trên lửa vừa, cạo đáy chảo, loại bỏ tất cả các hạt bám ở đáy và hòa tan chúng trong chất lỏng. HOẶC Bạn có thể tẩy men chảo theo cách truyền thống hơn. Thêm rượu vào chảo và xào trên lửa lớn cho đến khi giảm một nửa thể tích, khoảng 2 đến 3 phút.

h) Thêm nước dùng gà và xào trên lửa lớn cho đến khi giảm một nửa thể tích, khoảng 1 phút.

i) Trả lại portobellos vào chảo. Hương vị, và điều chỉnh gia vị, nếu cần thiết. Múc sốt lên gà. Giao banh.

j) Dọn gà ra đĩa được trang trí bằng nhánh rau mùi tây hoặc húng quế Ý tươi, bất kỳ loại thảo mộc nào bạn chọn sử dụng trong món ăn.

98. Cà tím và lasagna portobello

Năng suất: 1 phần ăn

Thành phần:

- 1 cân Cà chua mận; làm tư
- 1½ chén củ thì là xắt nhỏ
- 1 muỗng canh dầu ô liu
- Bình xịt dầu thực vật chống dính
- 4 quả cà tím lớn của Nhật Bản; cắt tỉa, mỗi lần cắt theo chiều dọc thành bốn
- ⅓ lát dày inch
- 3 nấm Portobello vừa; thân cây cắt tỉa, mũ thái lát
- 1 muỗng canh Giấm gạo
- 3 chén Lá rau bina; rửa sạch
- 4 Phô mai mozzarella ít béo cắt lát mỏng
- 2 ớt chuông đỏ rang từ lọ; ráo nước, cắt thành dải rộng 1/2 inch
- 8 lá húng quế lớn

Hướng:

a) Những khu đất trồng rau riêng lẻ này có thể được lắp ráp trước một ngày.

b) Làm nóng lò ở 400°F. Xếp cà chua và thì là vào đĩa nướng thủy tinh 13x9x2 inch. Mưa phùn dầu trên; quăng để pha trộn. Nướng cho đến khi thì là mềm và bắt đầu chuyển sang màu nâu, khoảng 45 phút. Mát lạnh.

c) Xịt dầu thực vật lên 2 tấm nướng chống dính. Sắp xếp các lát cà tím và nấm trên các tấm đã chuẩn bị. Nướng cho đến khi rau mềm, khoảng 30 phút đối với cà tím lát và 40 phút đối với nấm. Xay hỗn hợp cà chua trong bộ xử lý. Chuyển sang bộ lọc đặt trên bát. Nhấn vào chất rắn để chiết xuất chất lỏng; loại bỏ chất rắn. Khuấy giấm thành chất lỏng. Nêm giấm với muối và hạt tiêu.

d) Xào cải bó xôi trong chảo không dính lớn trên lửa vừa và cao cho đến khi héo, khoảng 1 phút. Loại bỏ nhiệt.

e) Làm nóng lò ở 350°F. Xịt dầu thực vật lên bốn đĩa sữa trứng 1¼ cốc. Xếp mỗi đĩa 2 lát cà tím theo hình chữ thập.

f) Rắc muối và hạt tiêu. Trên cùng với ¼ rau bina. Trên cùng với 1 lát mozzarella. Xếp các dải hạt tiêu lên trên, sau đó là húng quế và nấm.

g) Đặt những lát cà tím còn lại lên trên, cắt cho vừa. Rắc muối và hạt tiêu. Che mỗi món ăn bằng giấy bạc. (Vinaigrette và lasagnas có thể được làm trước 1 ngày. Đậy nắp riêng; để nguội.) Nướng lasagnas cho đến khi rất mềm, khoảng 25 phút. Loại bỏ giấy bạc. Dùng dao nhỏ cắt xung quanh rau cho tơi ra. Đảo ngược lên tấm. Muỗng dấm trên.

99. Sandwich bít tết nấm & sốt Pesto

MÁY CHỦ 4

Thành phần:

- 2 chén đậu Hà Lan Birds Eye Garden đông lạnh
- 1 chén lá rocket non
- 1 tép tỏi nhỏ, bóc vỏ
- ¼ chén phô mai parmesan bào mịn
- ¼ chén hạt thông, nướng
- 3 muỗng canh dầu ô liu nguyên chất
- 4 nấm portobello
- 4 lát bánh mì chua, nướng
- Cải xoong và củ cải bào, để phục vụ

Hướng:

a) Để ráo đậu Birds Eye đã nấu chín và để ½ chén đậu sang một bên. Cho đậu Hà Lan, rocket, tỏi, phô mai parmesan, hạt thông và 2 thìa dầu còn lại vào máy xay thực phẩm và chế biến cho đến khi nhuyễn. Nêm nếm gia vị. Khuấy đậu dành riêng qua pesto đậu.

b) Đặt nấm lên khay có lót giấy nướng và rưới phần dầu còn lại lên trên. Đặt dưới vỉ nướng đã được làm nóng trước ở nhiệt độ cao và nấu trong 2 phút ở hai bên cho đến khi có màu nâu nhạt.

c) Phết sốt pesto lên bánh mì, rắc nấm, cải xoong và củ cải lên trên. Phục vụ ngay lập tức.

100.   Pizza nướng Bianca portobellos

Năng suất: 4 phần ăn

Thành phần:

- 1 muỗng canh Thêm 1 muỗng cà phê tỏi; băm nhỏ
- dầu ô liu nguyên chất
- 4 cọng nấm portobello 4" bỏ đi
- 20 lạng Cà tím; cắt dày 1/8"
- 2 chén Phô mai fontina cắt nhỏ đóng gói lỏng lẻo
- $\frac{3}{4}$ chén phô mai Parmesan mới bào
- $\frac{1}{2}$ chén phô mai Gorgonzola; vỡ vụn
- bột bánh pizza
- $\frac{1}{4}$ chén rau mùi tây phẳng; băm nhỏ

Hướng:

a) Chuẩn bị một ngọn lửa than gỗ cứng và đặt giá nướng cao hơn than từ 3 đến 4 inch.

b) Trong một cái bát, trộn tỏi với $\frac{1}{4}$ chén dầu ô liu. Tự do phết dầu lên nấm và cà tím.

c) Trong một cái bát khác, trộn thóp, parmesan và gorgonzola lại với nhau. Che và làm lạnh. Khi tro trắng bắt đầu xuất hiện trên than, ngọn lửa đã sẵn sàng.

d) Nướng mũ nấm cho đến khi mềm và chín đều, khoảng 4 phút mỗi mặt. Nướng các lát cà tím cho đến khi mềm, khoảng hai phút mỗi bên. Cắt mũ nấm dày $\frac{1}{8}$ inch và để riêng cùng với cà tím.

e) Chia bột bánh pizza thành bốn phần bằng nhau. Giữ 3 mảnh được bảo hiểm. Trên một khay nướng lớn, không có viền, đã thoa dầu nhẹ, dùng tay dàn và làm phẳng miếng bột thứ tư để tạo thành một hình tròn 12 inch tự do, dày khoảng 1/16 inch; không làm môi.

f) Nhẹ nhàng trải khối bột lên vỉ nướng đang nóng, trong vòng một phút, khối bột sẽ hơi phồng lên, mặt dưới sẽ cứng lại và xuất hiện các vết nướng.

g) Sử dụng kẹp, ngay lập tức lật lớp vỏ lên một tấm nướng đã được làm nóng và phết dầu ô liu. Rắc một phần tư hỗn hợp pho mát, rau mùi tây và rau nướng lên trên lớp vỏ.

h) Rưới dầu ô liu lên bánh pizza. Trượt bánh pizza về phía than nóng nhưng không trực tiếp qua các phần nhận nhiệt cao; thường xuyên kiểm tra mặt dưới để đảm bảo rằng nó không bị cháy. Bánh pizza được hoàn thành khi pho mát tan chảy và rau được làm nóng trong 3 đến 4 phút.

i) Phục vụ bánh pizza nóng ra khỏi vỉ nướng. Lặp lại quy trình để làm những chiếc bánh pizza còn lại.

PHẦN KẾT LUẬN

Sự đa dạng về loài, kết cấu và hương vị có sẵn trong thế giới nấm cũng tương tự như sự đa dạng của trái cây. Do đó, thật kỳ lạ khi nghĩ rằng vì một người không thích một loại nấm nên họ sẽ không thích tất cả hoặc thậm chí bất kỳ công thức nào có nấm.

Sự rộng lớn của các loại nấm thường bị bỏ qua. Khi mọi người nghe thấy từ "nấm", họ thường nghĩ đến nấm White Button từ cửa hàng tạp hóa, hoàn toàn bỏ qua sự đa dạng về hương thơm, mùi vị và kết cấu có sẵn trong thế giới nấm hoang dã!

Tôi tin rằng cuốn sách nấu ăn này đã giới thiệu cho bạn một thế giới đa dạng mới về nấm và tôi biết rằng bạn sẽ thích nấu ăn từ cuốn sách này!

www.ingramcontent.com/pod-product-compliance
Lightning Source LLC
Chambersburg PA
CBHW070500120526
44590CB00013B/705